CHINESE MADE EASY FOR KIDS

I

Workbook

Traditional Characters Version

輕鬆學漢語 少兒版（練習冊）

Yamin Ma

Joint Publishing (H.K.) Co., Ltd.
三 聯 書 店 （ 香 港 ） 有 限 公 司

Chinese Made Easy for Kids *(Workbook 1)*

Yamin Ma

Editor	Luo Fang
Art design	Arthur Y. Wang, Annie Wang, Yamin Ma
Cover design	Arthur Y. Wang, Zhong Wenjun
Graphic design	Zhong Wenjun
Typeset	Lin Minxia

Published by
JOINT PUBLISHING (H.K.) CO., LTD.
Rm. 1304, 1065 King's Road, Quarry Bay, Hong Kong

Distributed in Hong Kong by
SUP PUBLISHING LOGISTICS (HK) LTD.
3/F., 36 Ting Lai Road, Tai Po, N.T., Hong Kong

First published July 2005
Fourth impression August 2008

E-mail: publish@jointpublishing.com

輕鬆學漢語 少兒版 *(練習冊一)*

編　　著	馬亞敏
責任編輯	羅　芳
美術策劃	王　宇　王天一　馬亞敏
封面設計	王　宇　鍾文君
版式設計	鍾文君
排　　版	林敏霞
出　　版	三聯書店（香港）有限公司 香港鰂魚涌英皇道1065號1304室
香港發行	香港聯合書刊物流有限公司 香港新界大埔汀麗路36號3字樓
印　　刷	中華商務彩色印刷有限公司 香港新界大埔汀麗路36號14字樓
版　　次	2005年7月香港第一版第一次印刷 2008年8月香港第一版第四次印刷
規　　格	大16開(210x260mm)144面
國際書號	ISBN 978 · 962 · 04 · 2488 · 5

CONTENTS

dì yī kè
第一課

1 Trace the phonetic symbols.

ā	á	ǎ	à	ā	á	
ō	ó	ǒ	ò	ō	ó	
ē	é	ě	è	ē	é	

2 Trace the strokes.

diǎn						
héng	一	一	一	一	一	
shù	丨	丨	丨	丨	丨	
piě	丿	丿	丿	丿	丿	

3 Write the tones as required.

1) ā first tone

2) a second tone

3) a third tone

4) a fourth tone

4 Read and match.

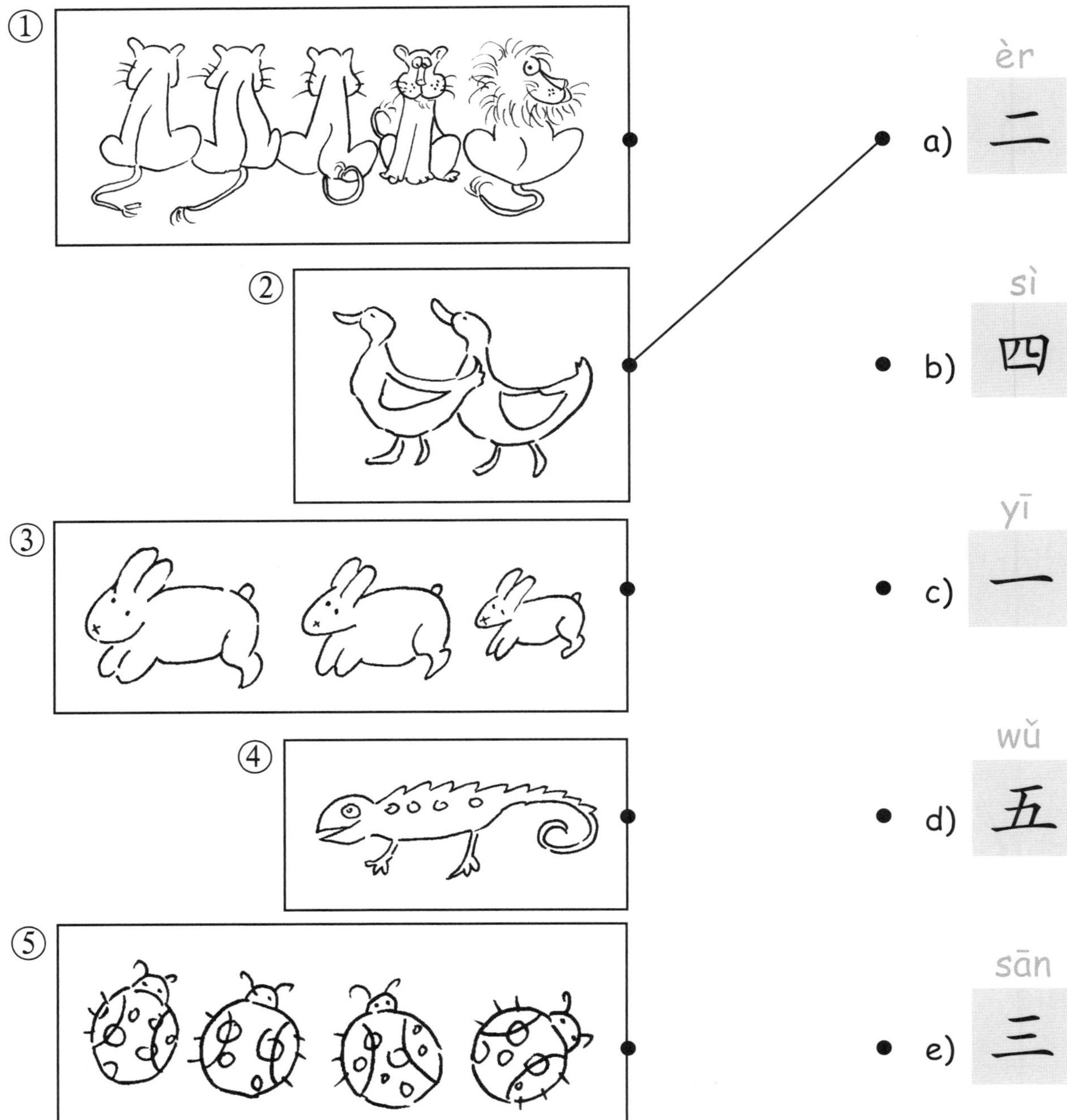

5 Draw pictures as required.

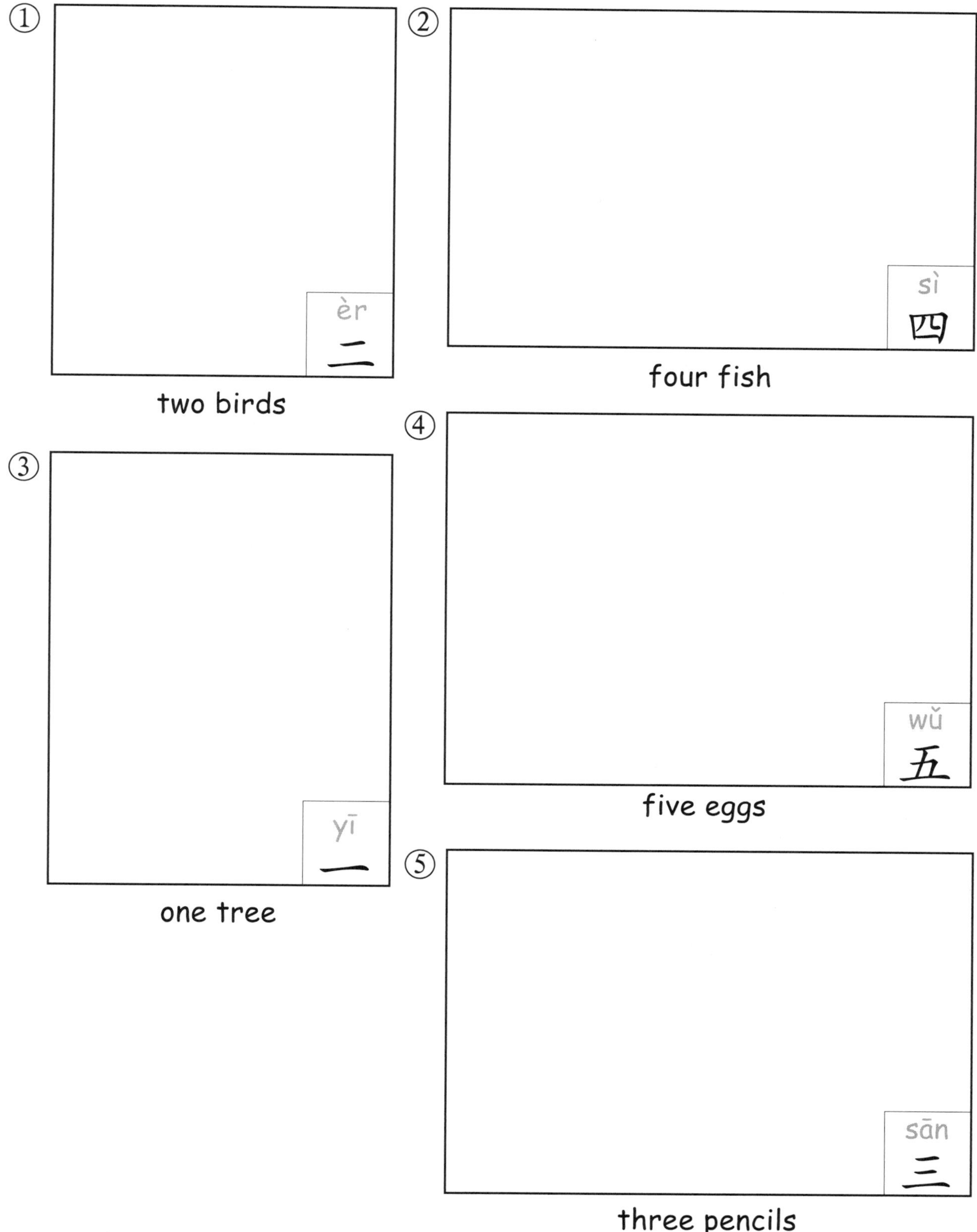

6 Trace the characters.

一						
yī one	一	一	一	一	一	
一 二						
èr two	二	二	二	二	二	
一 二 三						
sān three	三	三	三	三	三	
丨 冂 冂 四 四						
sì four	四	四	四	四	四	
一 丆 五 五						
wǔ five	五	五	五	五	五	

7 Read and match.

1) 一 • — • a) sì

2) 四 • — • b) yī

3) 三 • — • c) wǔ

4) 五 • — • d) sān

5) 二 • — • e) èr

8 Write the tones as requied.

1) ǎ third tone

2) o first tone

3) e second tone

4) a fourth tone

9 Write the Chinese numbers.

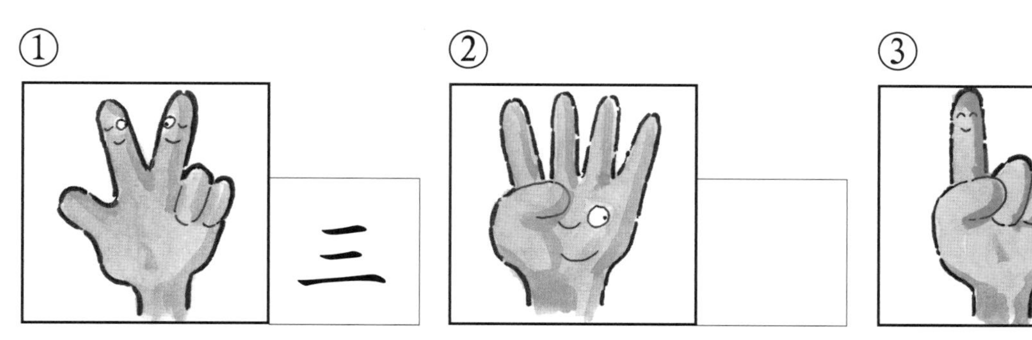

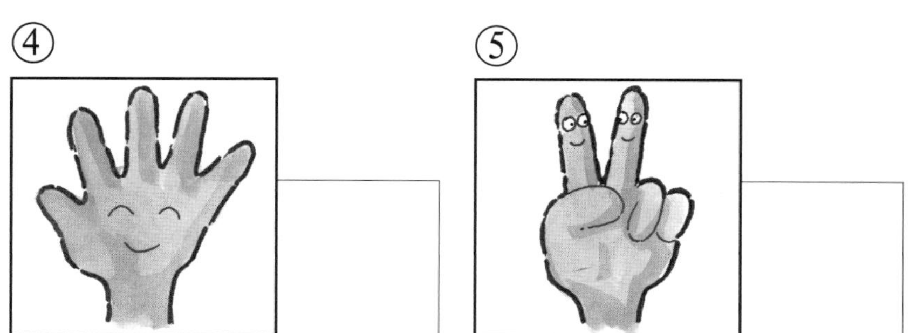

dì èr kè
第二課

1 Trace the phonetic symbols.

ī	í	ǐ	ì	ī	í	
ū	ú	ǔ	ù	ū	ú	
ǖ	ǘ	ǚ	ǜ	ǖ	ǘ	

2 Trace the strokes.

nà						
tí						
zhé						
gōu						

3 Look, read and match.

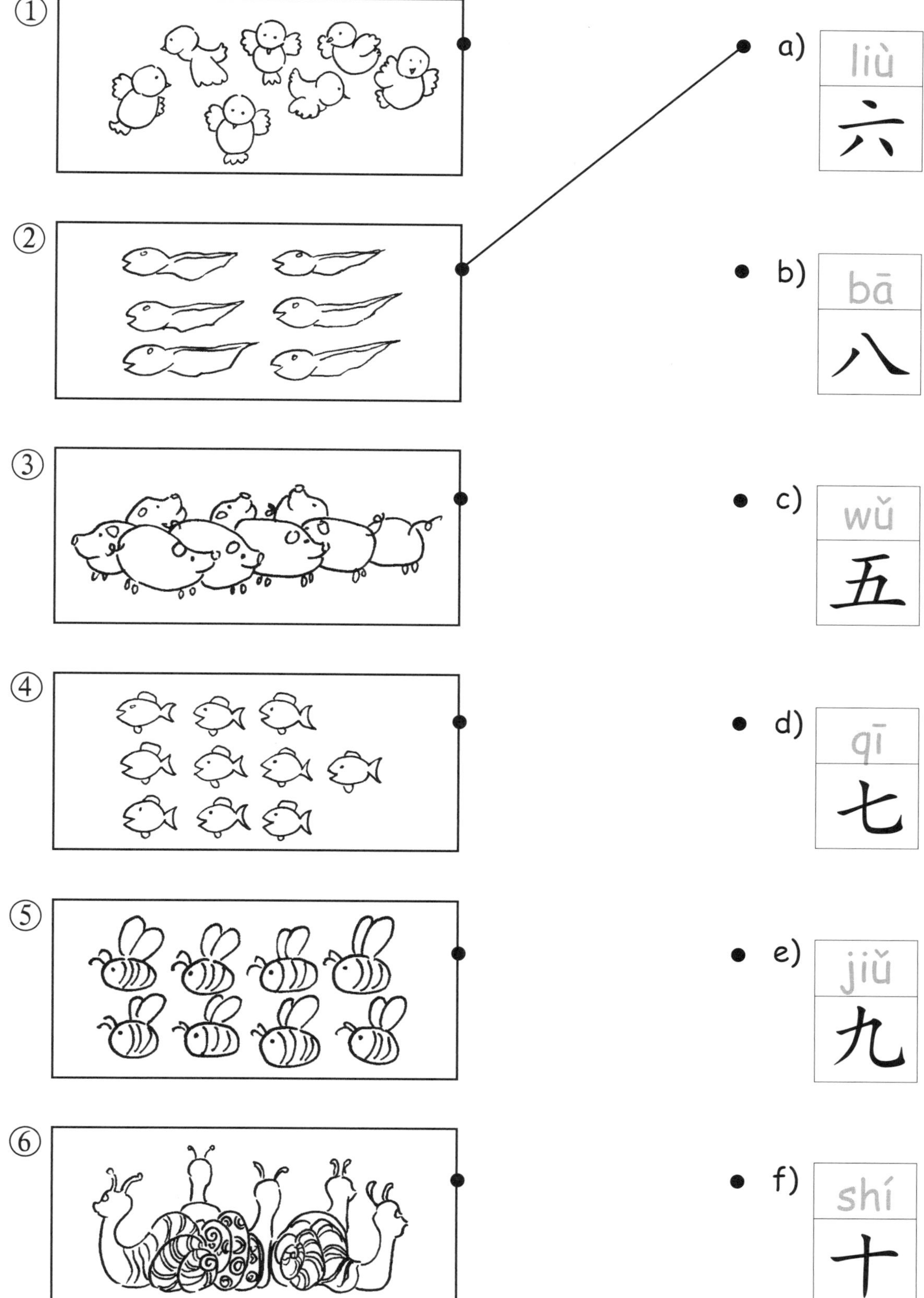

4 Read and match.

1) 三 — a) sān

2) 五 — b) jiǔ

3) 九 — c) sì

4) 四 — d) wǔ

5) 十 — e) shí

6) 七 — f) bā

7) 八 — g) liù

8) 六 — h) qī

5 Count the strokes of each character.

1) bā 八 2

2) shí 十 ______

3) sì 四 ______

4) liù 六 ______

5) wǔ 五 ______

6) qī 七 ______

6 Write the tones as required.

1) First tone:	ā	i	u	ü
2) Second tone:	e	a	ü	o
3) Third tone:	i	o	e	a
4) Fourth tone:	ü	u	i	e

7 Circle the correct pinyin.

1)	一	(yī)	yì	5)	十	shì	shí
2)	七	qì	qī	6)	九	jiù	jiǔ
3)	五	wǔ	wū	7)	六	liù	liú
4)	四	sì	sǐ	8)	八	bà	bā

8 Write the tone for each Chinese number.

yī
一

er
二

san
三

si
四

wu
五

liu
六

qi
七

ba
八

jiu
九

shi
十

9 Draw pictures as required.

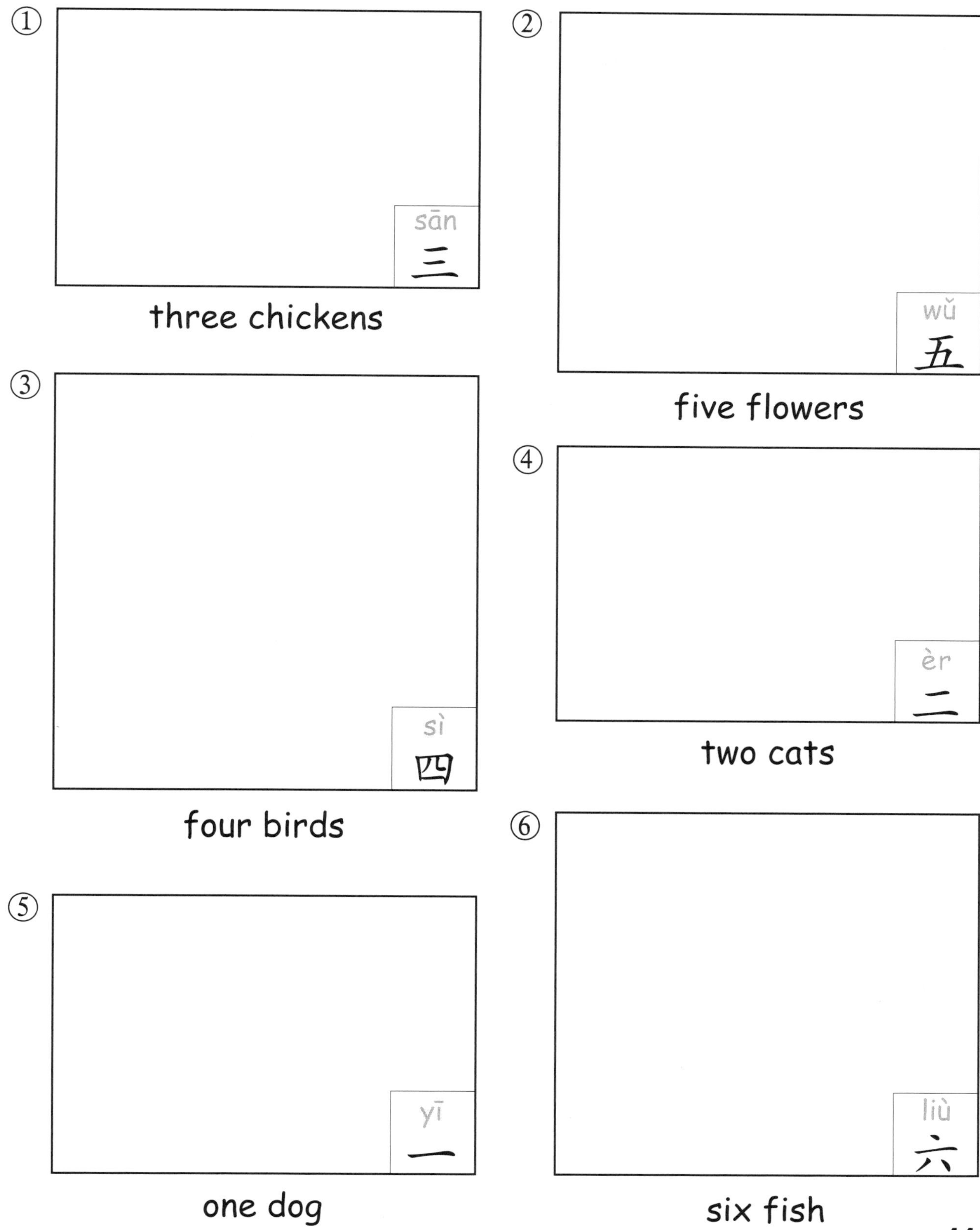

10 Trace the characters.

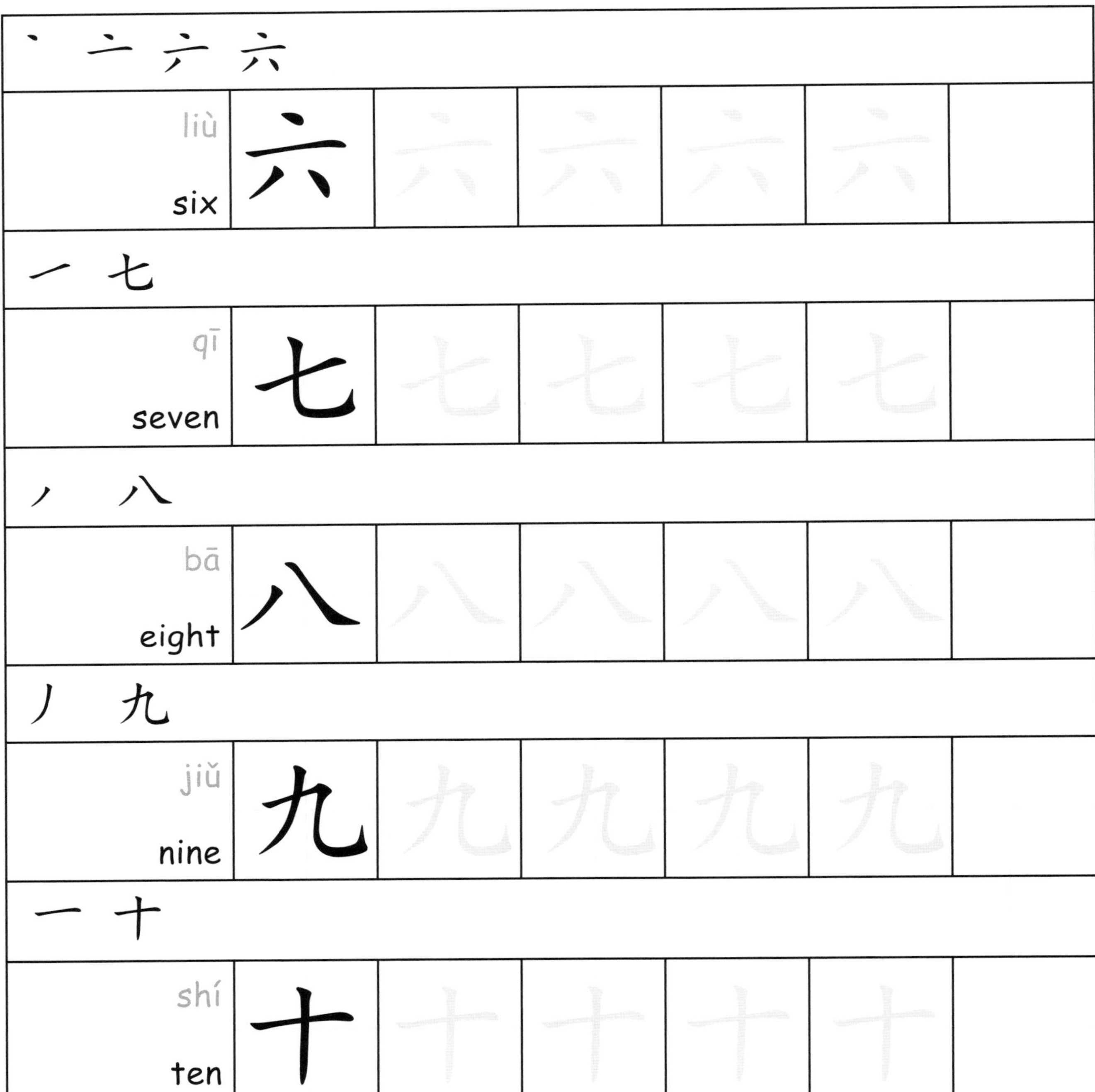

丶 亠 六 六						
liù six	六	六	六	六	六	
一 七						
qī seven	七	七	七	七	七	
丿 八						
bā eight	八	八	八	八	八	
丿 九						
jiǔ nine	九	九	九	九	九	
一 十						
shí ten	十	十	十	十	十	

11 Write the Chinese numbers.

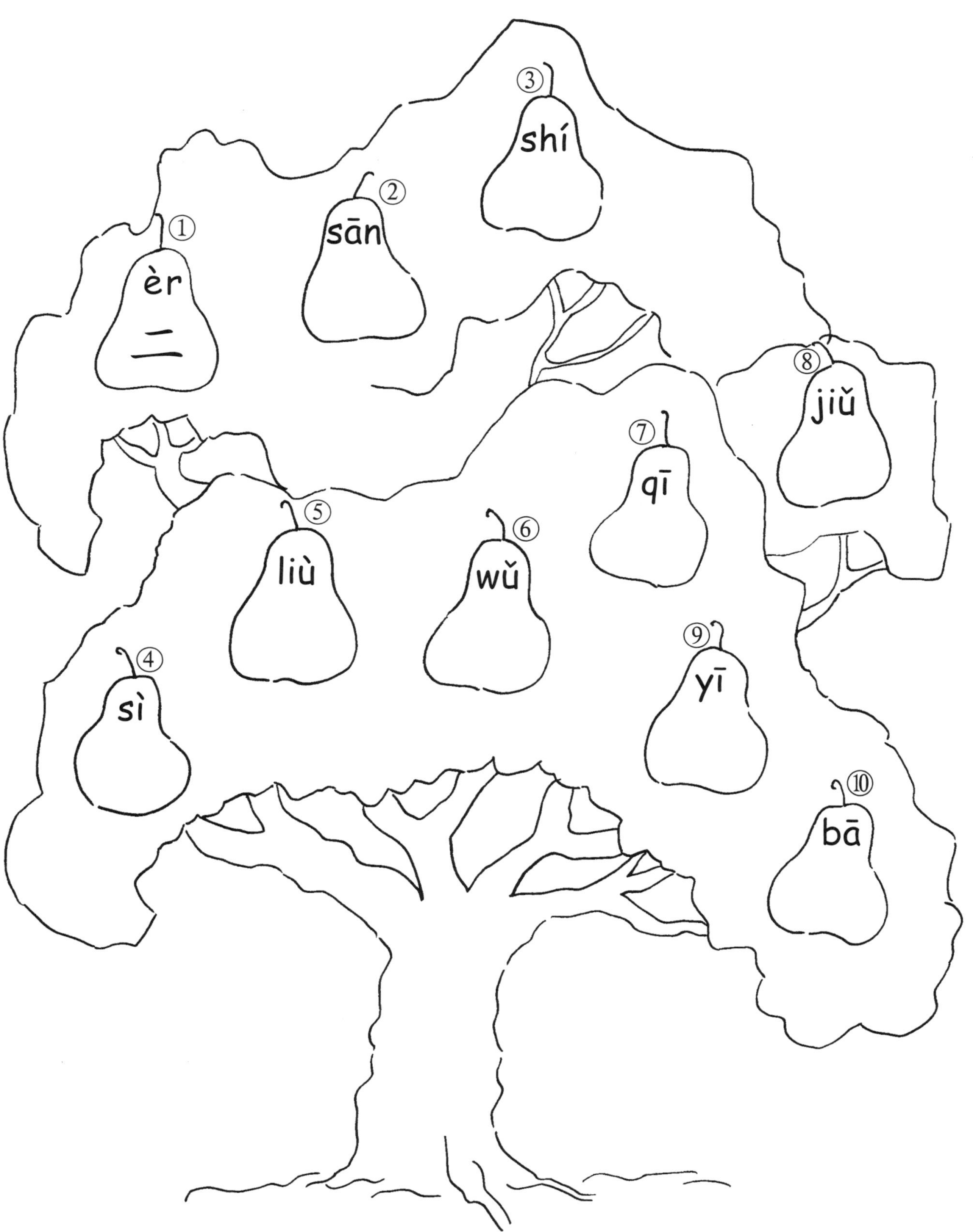

dì sān kè
第三課

1 Trace the radicals.

丨 冂 巾						
napkin	巾	巾	巾	巾	巾	
丶 心 心 心						
heart	心	心	心	心	心	
丨 冂 月 日						
sun	日	日	日	日	日	
丿 亻						
standing person	亻	亻	亻	亻	亻	
𡿨 女 女						
female	女	女	女	女	女	

2 Look, read and match.

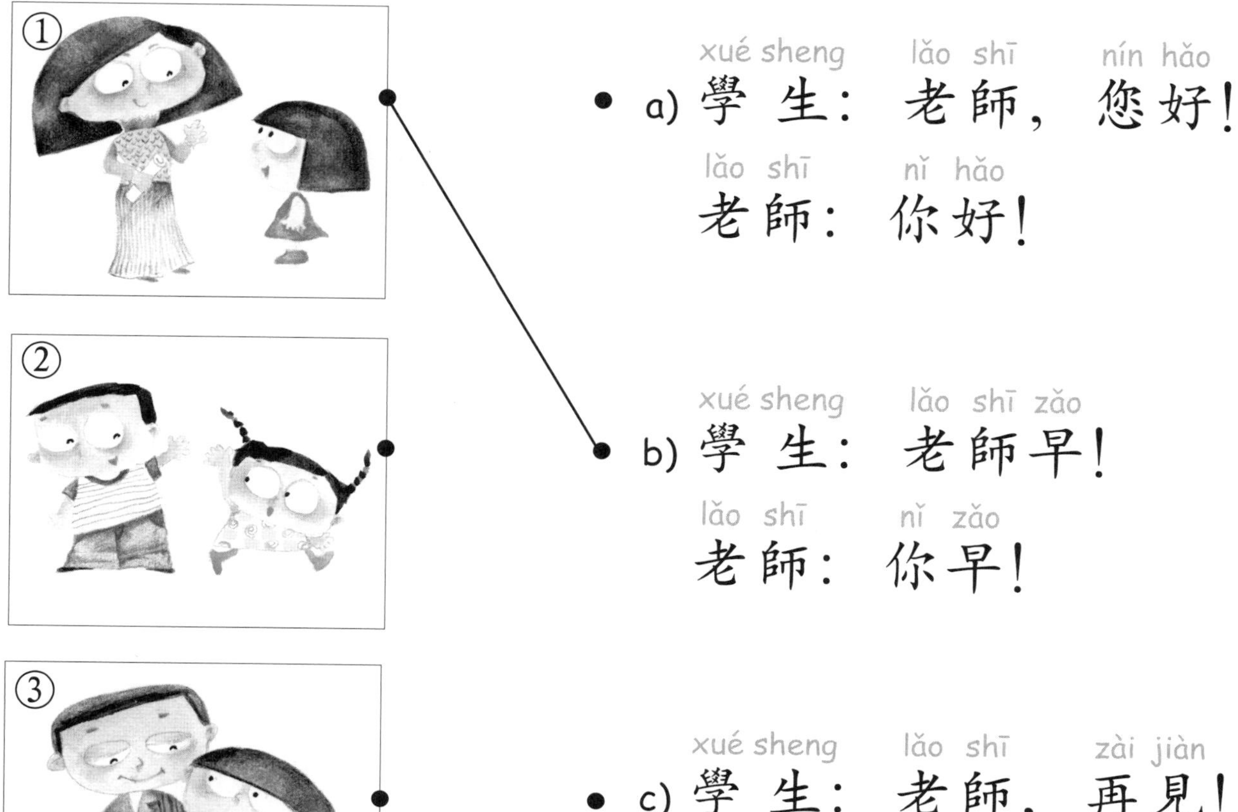

a) xué sheng lǎo shī nín hǎo
學生：老師，您好！
lǎo shī nǐ hǎo
老師：你好！

b) xué sheng lǎo shī zǎo
學生：老師早！
lǎo shī nǐ zǎo
老師：你早！

c) xué sheng lǎo shī zài jiàn
學生：老師，再見！
lǎo shī xiǎo péngyou zài jiàn
老師：小朋友，再見！

3 Circle the correct pinyin.

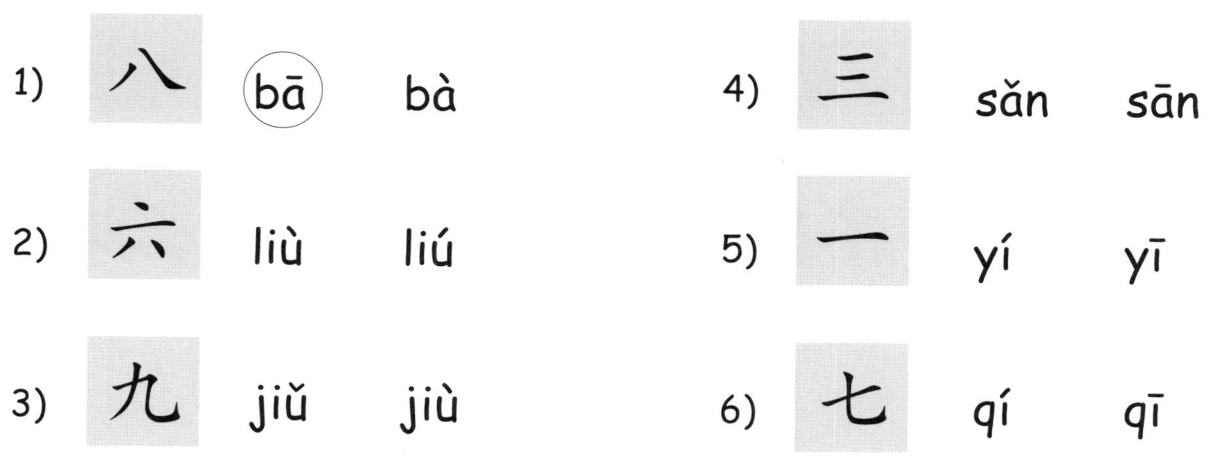

1) 八 bā bà
2) 六 liù liú
3) 九 jiǔ jiù
4) 三 sǎn sān
5) 一 yí yī
6) 七 qí qī

4 Read and match.

1) 巾 • • a) sun

2) 心 • • b) standing person

3) 日 • • c) napkin

4) 亻 • • d) female

5) 女 • • e) heart

5 Connect the matching characters.

1) nǐ 你 • • a) hǎo 好

2) zài 再 • • b) shī 師

3) lǎo 老 • • c) jiàn 見

4) nín 您 • • d) zǎo 早

6 Write the strokes.

1) diǎn 丶

2) héng

3) shù

4) piě

7 Count the strokes of each character.

1)	qī 七	2	2)	liù 六	____	3)	sān 三	____

1) qī 七 2
2) liù 六 ____
3) sān 三 ____
4) bā 八 ____
5) jiǔ 九 ____
6) sì 四 ____
7) shí 十 ____
8) wǔ 五 ____
9) nǐ 你 ____
10) zǎo 早 ____
11) hǎo 好 ____
12) jiàn 見 ____

8 Write the radical of each character.

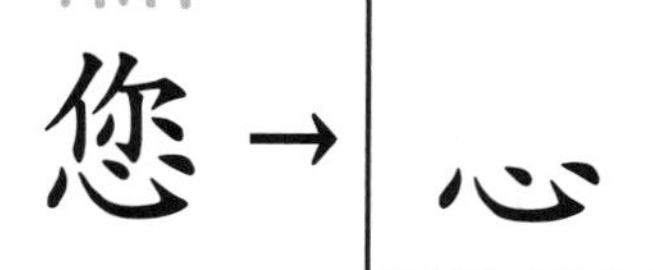

1) nín 您 → 心

2) zǎo 早 → ☐

3) hǎo 好 → ☐

4) shī 師 → ☐

5) nǐ 你 → ☐

9 Trace the characters.

一 十 土 耂 耂 老						
lǎo experienced	老	老	老	老	老	
丿 丨 户 户 自 自 𠂤 𠂤 𠂤 師						
shī teacher	師	師	師	師	師	
丿 亻 亻 仒 仒 你 你 你 您 您 您						
nín you (respectfully)	您	您	您	您	您	
丨 冂 日 日 旦 早						
zǎo early; morning	早	早	早	早	早	
丿 亻 亻 仒 仒 你 你						
nǐ you	你	你	你	你	你	
𡿨 女 女 女 好 好						
hǎo good; well	好	好	好	好	好	

一 厂 冂 丙 再 再						
zài again	再	再	再	再	再	
丨 冂 月 目 目 旦 見						
jiàn see	見	見	見	見	見	

10 Draw the structure of each character.

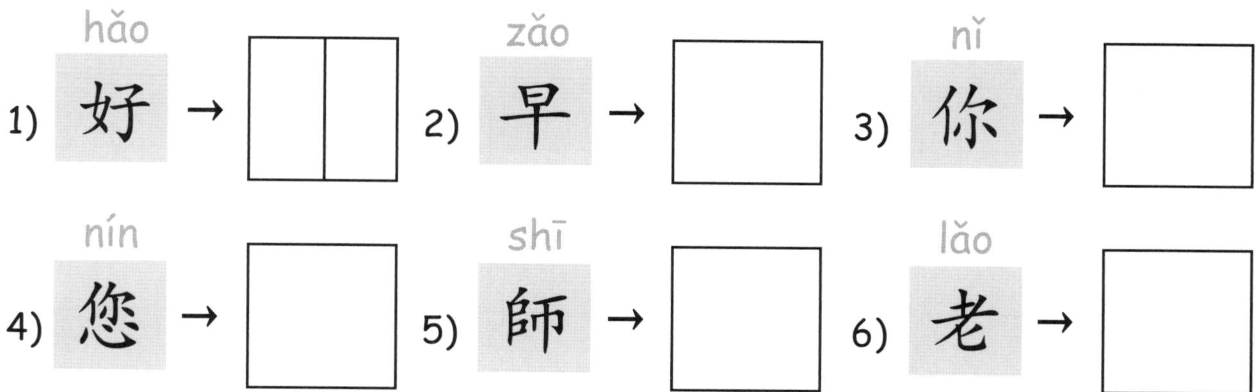

1) hǎo 好 →
2) zǎo 早 →
3) nǐ 你 →
4) nín 您 →
5) shī 師 →
6) lǎo 老 →

11 Circle the correct characters.

1) nǐ	你	您		5) lǎo	老	好
2) hǎo	早	好		6) èr	三	二
3) zài	見	再		7) bā	七	八
4) liù	九	六		8) wǔ	六	五

dì sì kè
第四課

1 Trace the phonetic symbols.

b	b	b	b	b	b	
p	p	p	p	p	p	
m	m	m	m	m	m	
f	f	f	f	f	f	

2 Trace the radicals.

一 十 寸						
inch	寸	寸	寸	寸	寸	
一 十 土 丰 丰 走 走						
walk	走	走	走	走	走	

丶 冫 氵						
water	氵	氵	氵	氵	氵	
丶 亠 亠 亠 亠 言 言						
speech	言	言	言	言	言	
丿 冂						
border	冂	冂	冂	冂	冂	

3 Look and match.

1) 4 strokes — a) 不 bù

2) 5 strokes — b) 再 zài

3) 6 strokes — c) 起 qǐ

4) 7 strokes — d) 用 yòng

5) 10 strokes — e) 没 méi

4 Write the Chinese numbers.

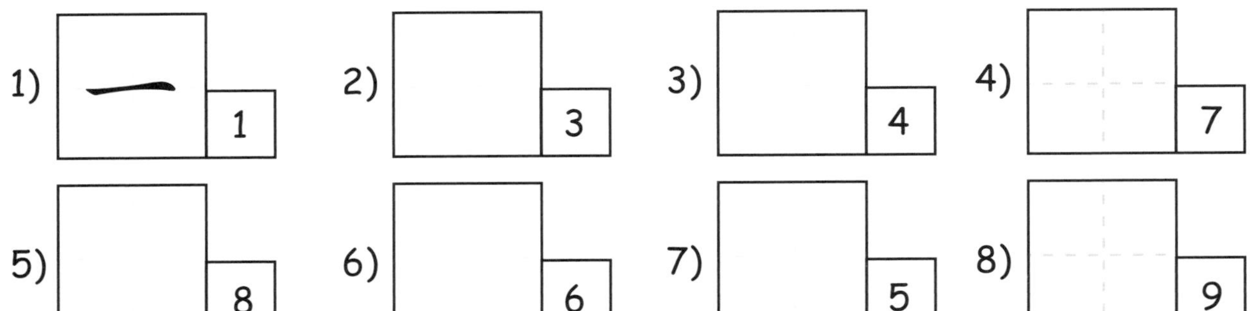

1) 一 1　　2) 3　　3) 4　　4) 7

5) 8　　6) 6　　7) 5　　8) 9

5 Write the strokes.

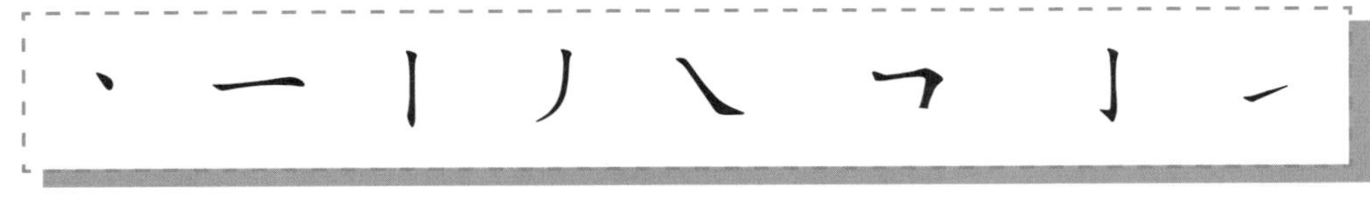

丶　一　丨　丿　㇏　㇇　亅　㇀

1) héng 一　　2) zhé　　3) diǎn

4) piě　　5) shù　　6) nà

7) gōu 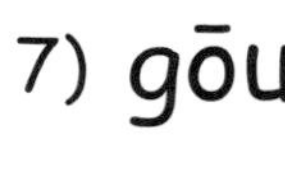 　　8) tí 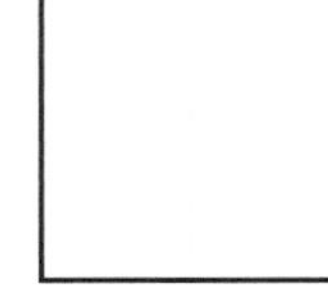

6 Write the radicals.

1) 師 (shī) → 巾　　2) 起 (qǐ) →　　3) 謝 (xiè) → 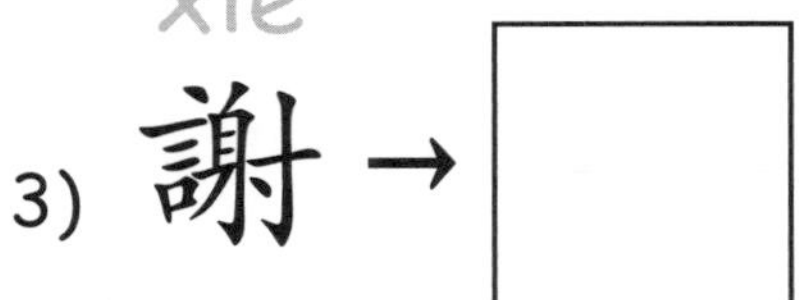

4) 您 (nín) →　　5) 沒 (méi) → 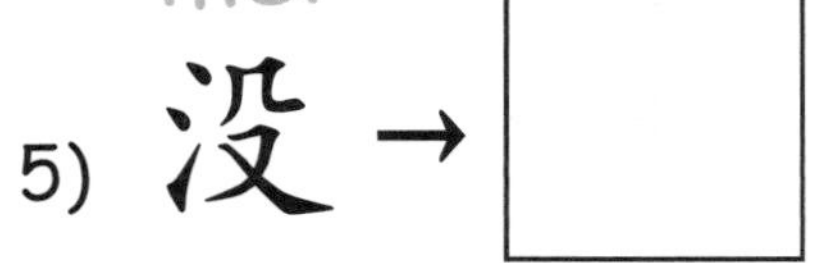　　6) 用 (yòng) →

7 Look, read and match.

① 

② 

③ 

④ 

a) lǎo shī zài jiàn
老師： 再見！
xué sheng lǎo shī zài jiàn
學生： 老師， 再見！

b) xué sheng duì bu qǐ
學生A： 對不起！
xué sheng méi guān xi
學生B： 没關係。

c) xué sheng lǎo shī nín zǎo
學生： 老師， 您早！
lǎo shī xiǎo péng you zǎo
老師： 小朋友早！

d) xué sheng xiè xie nǐ
學生A： 謝謝你！
xué sheng bú yòng xiè
學生B： 不用謝。

8 Draw the structure of each character.

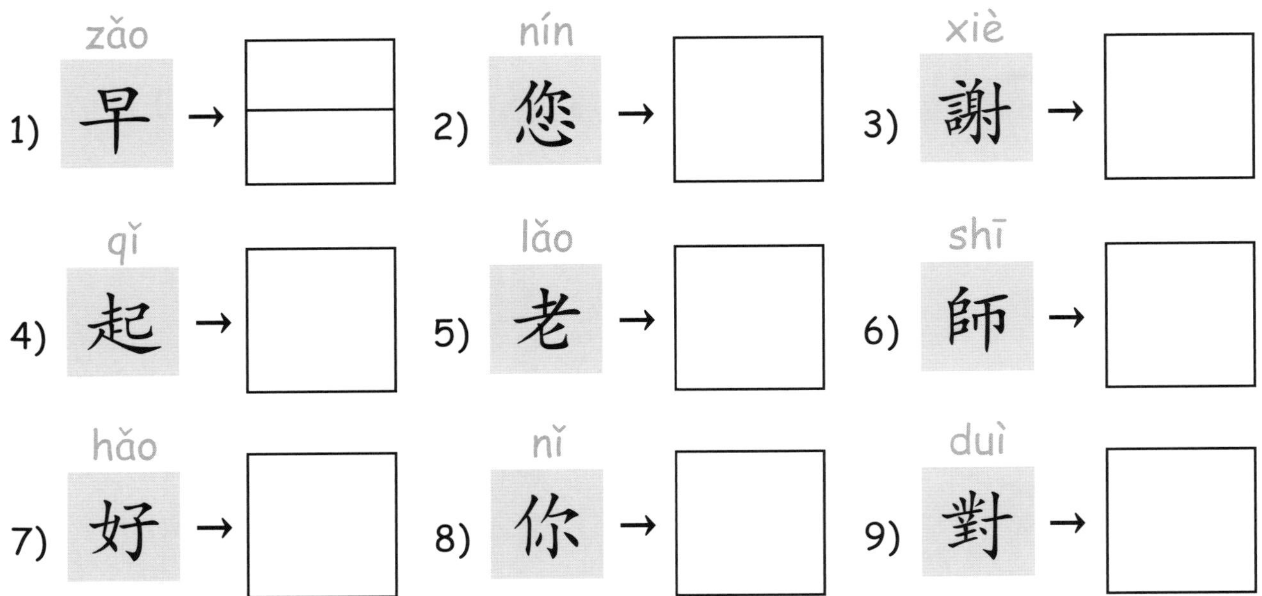

9 Read and match.

1) 謝謝！ • • a) bú yòng xiè

2) 對不起！ • • b) xiè xie

3) 不用謝。 • • c) duì bu qǐ

4) 沒關係。 • • d) nín hǎo

5) 您好！ • • e) méi guān xi

6) 再見！ • • f) zài jiàn

10 Write the Chinese numbers.

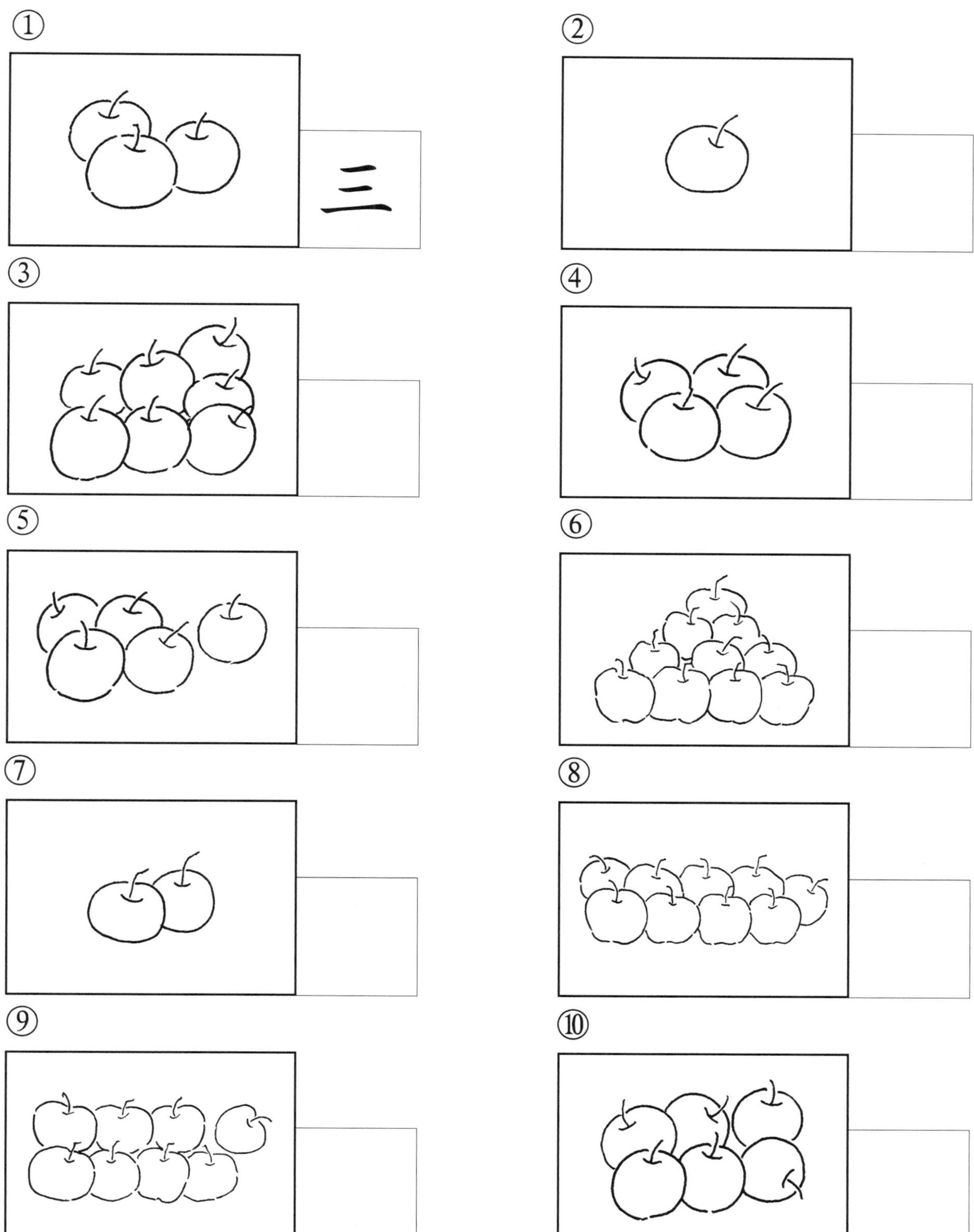

11 Trace the characters.

Pinyin / Meaning	Character
duì correct	對
bù not; no	不
qǐ get up; rise	起
méi no	没
guān close; surname	關
xì relate to	係

丶 亠 亠 亠 言 言 言 訁 訁 訁 訁 訁 訁 訁 訁 謝 謝		
xiè thank	謝	
丿 冂 月 月 用		
yòng use	用	

12 Fill in the missing words.

1) 對(duì) 不(bu) 起(qǐ)。

2) ____(méi) 關(guān) 係(xi)。

3) 不(bú) ____(yòng) 謝(xiè)。

4) 您(nín) ____(hǎo)！

5) 再(zài) ____(jiàn)！

6) 你(nǐ) ____(zǎo)！

13 Write the Chinese numbers.

1) 9 九

2) 15

3) 6

4) 8

5) 17

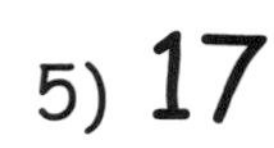

6) 14

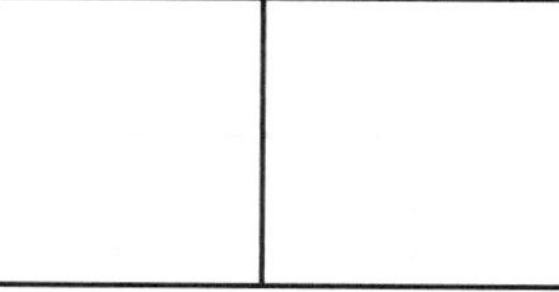

dì wǔ kè
第五課

1 Trace the phonetic symbols.

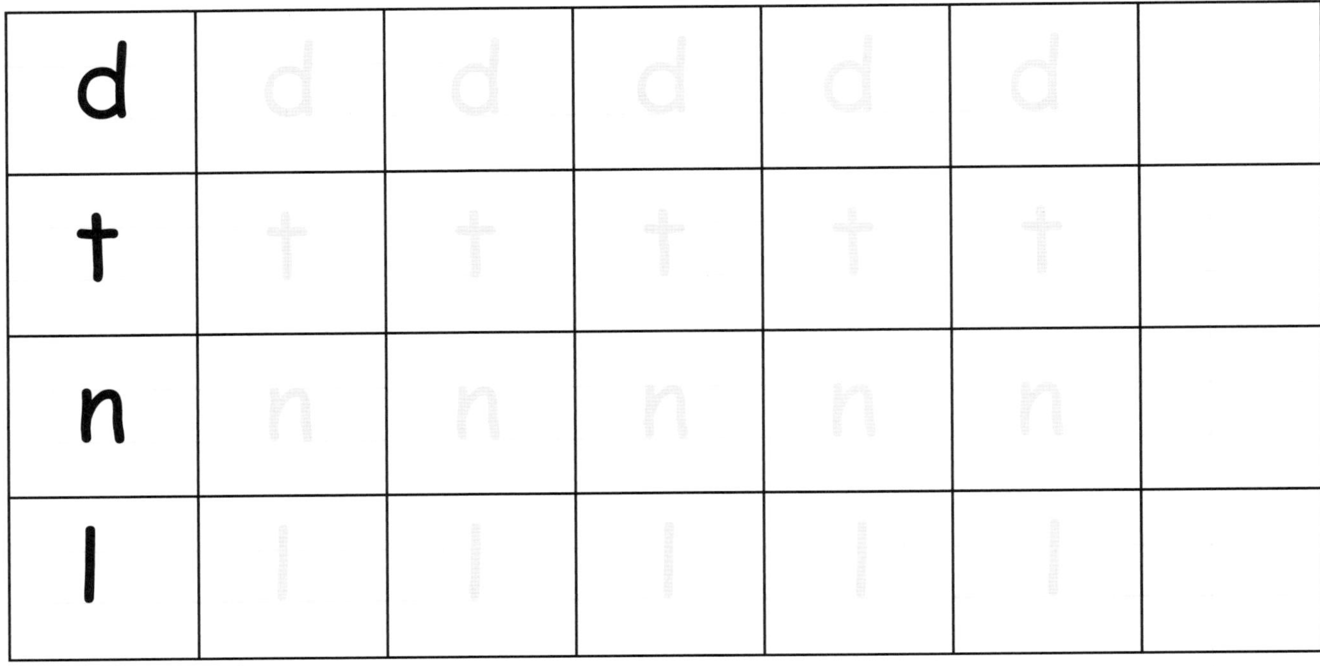

d	d	d	d	d	d	
t	t	t	t	t	t	
n	n	n	n	n	n	
l	l	l	l	l	l	

2 Trace the radicals.

丨 冂 口						
mouth	口	口	口	口	口	
ノ ク 夕						
sunset	夕	夕	夕	夕	夕	

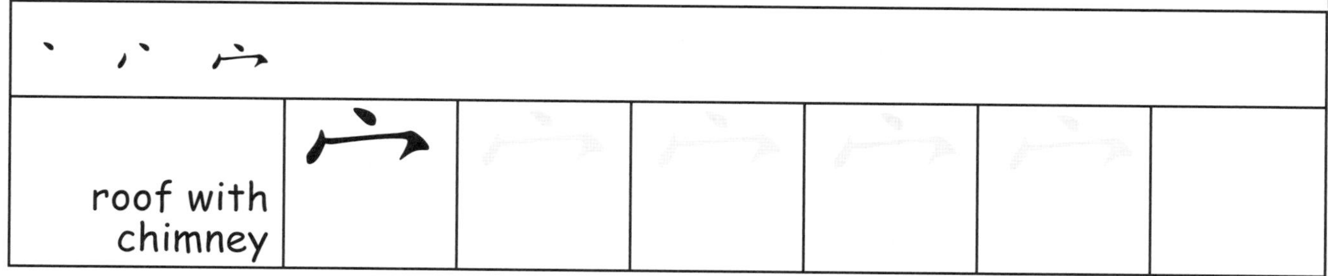

3 Write the Chinese numbers.

①

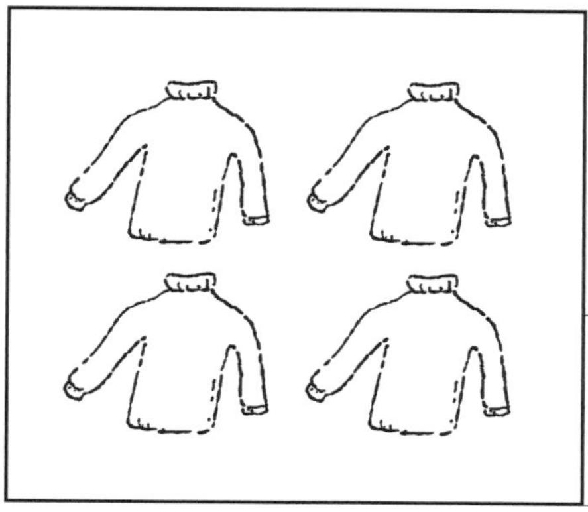

四

②

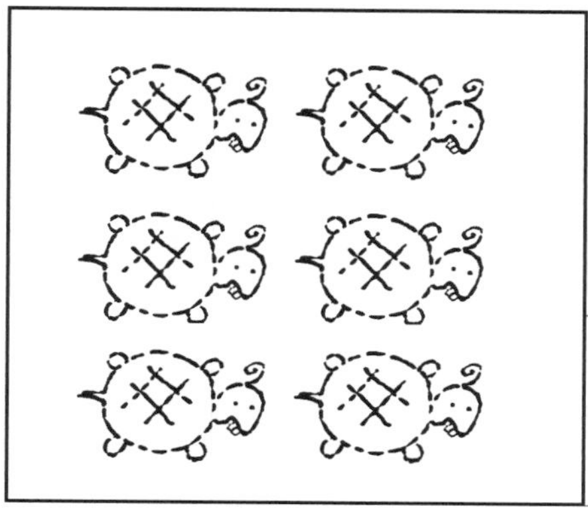

③

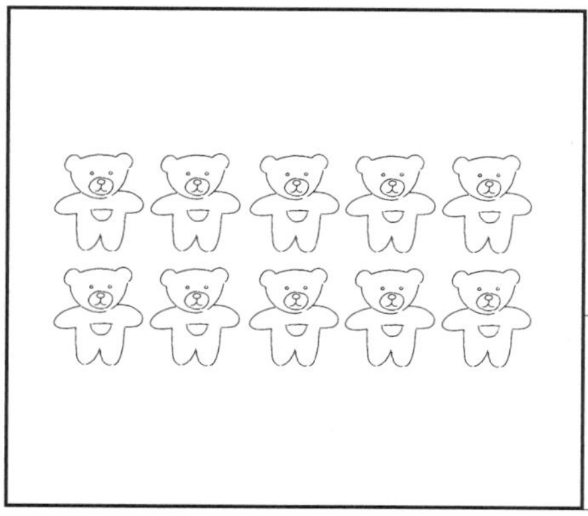

④

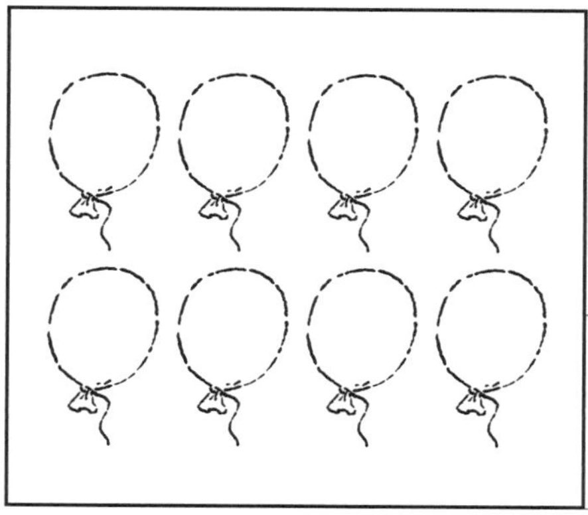

⑤

⑥

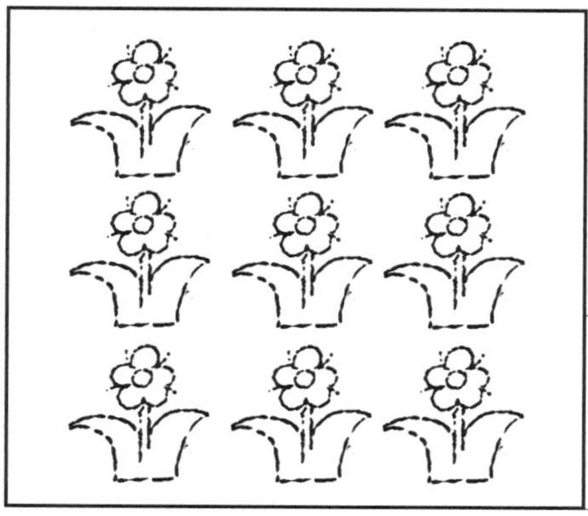

4 Circle the phrases as required.

duì 對	méi 没	guān 關	xi 係	péng 朋	you 友	nín 您
wǒ 我	bu 不	shén 什	me 麼	tiān 天	nǐ 你	zǎo 早
sì 四	yòng 用	qǐ 起	xìng 姓	míng 名	èr 二	hǎo 好
xiè 謝	xie 謝	zài 再	jiàn 見	zì 字	jiào 叫	xiǎo 小

1) sorry ✓
2) what
3) thanks ✓
4) friend
5) hello
6) name
7) good-bye

5 Count the strokes of each character.

1) wáng 王 4
2) jiào 叫 ______
3) shén 什 ______
4) wǒ 我 ______
5) tiān 天 ______
6) míng 名 ______
7) zì 字 ______
8) yòng 用 ______

6 Write the Chinese numbers.

1) three [ ]
2) nine [ ]
3) seven [ ]
4) six [ ]

7 Look, read and match.

①

②

③

④

a)
lǎo shī tā jiào shén me míng zi
老師：她叫什麼名字？
xué sheng tā jiào wáng tiān yī
學生：她叫王天一。

b)
xué sheng duì bu qǐ
學生A：對不起！
xué sheng méi guān xi
學生B：沒關係。

c)
xué sheng xiè xie nǐ
學生A：謝謝你！
xué sheng bú yòng xiè
學生B：不用謝。

d)
lǎo shī zài jiàn
老師：再見！
xué sheng zài jiàn
學生：再見！

8 Draw a picture of each radical.

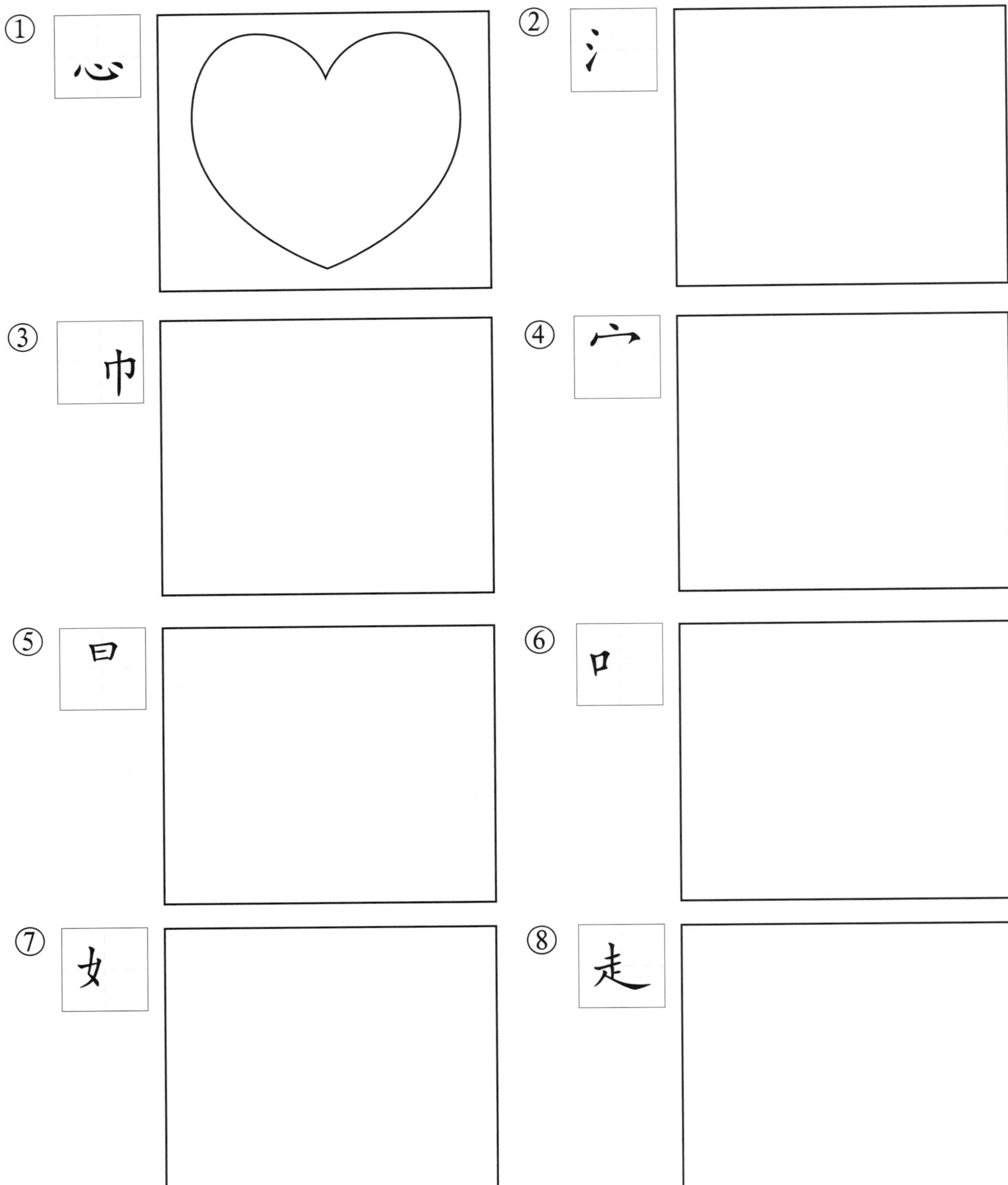

9 Trace the characters.

ㄑ 女 女 女丿 女𠂉 女𠂉 女牛 姓						
xìng surname	姓	姓	姓	姓	姓	
丿 亻 亻一 什						
shén	什	什	什	什	什	
丶 亠 广 广 庁 庁 庁 庥 庥 麻 麻 麽 麽 麼						
me	麼	麼	麼	麼	麼	
一 二 干 王						
wáng king; surname	王	王	王	王	王	
一 二 チ 天						
tiān sky; day	天	天	天	天	天	
丿 二 于 手 手 我 我						
wǒ I; me	我	我	我	我	我	

丨 ㄇ 口 口𠃊 叫						
jiào call	叫	叫	叫	叫	叫	
ノ ク 夕 夕 名 名						
míng name	名	名	名	名	名	
丶 丷 宀 宀 字 字						
zì character; word	字	字	字	字	字	

10 **Draw the structure of each character.**

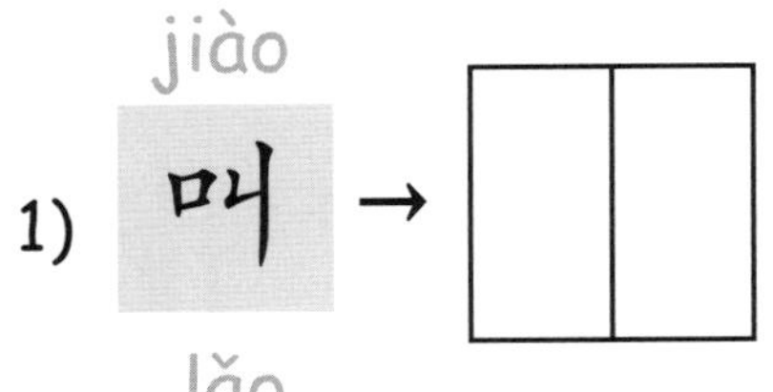

1) jiào 叫 →

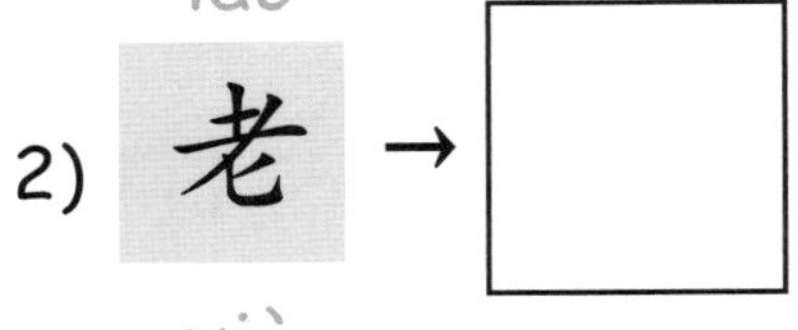

2) lǎo 老 →

3) xiè 謝 →

4) nín 您 →

11 **Write one character for each radical.**

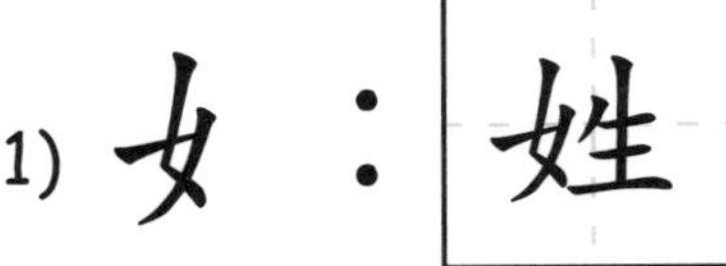

1) 女 ： 姓

2) 言 ：

3) 口 ：

4) 门 ：

5) 走 ：

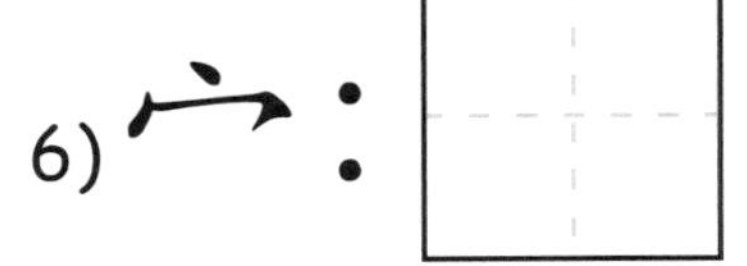

6) 宀 ：

7) 亻 ：

8) 氵 ：

12 Circle the characters whose meanings you know well.

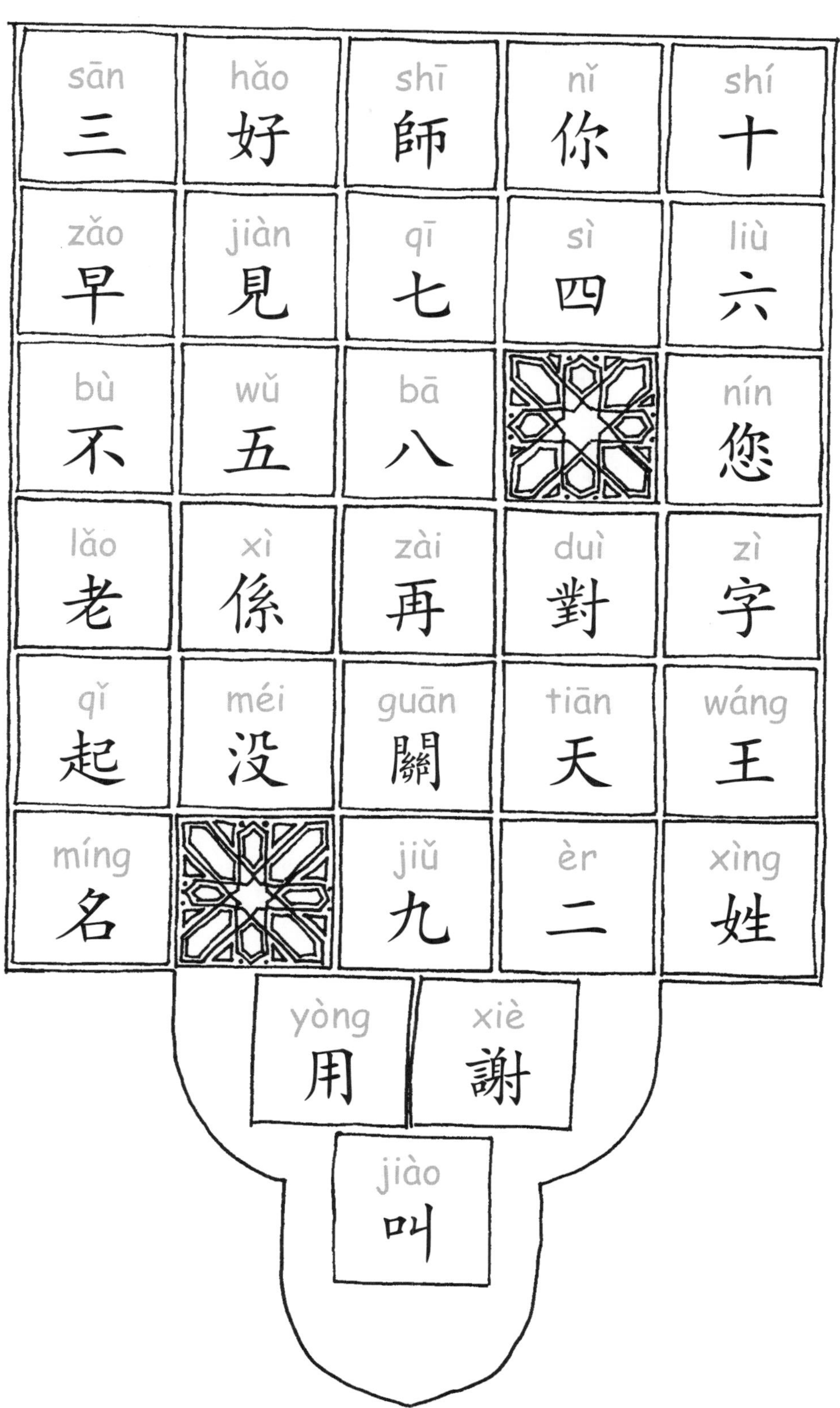

dì liù kè
第六課

1 Trace the phonetic symbols.

g	g	g	g	g	g	
k	k	k	k	k	k	
h	h	h	h	h	h	

2 Trace the radicals.

ノ 八 グ 父						
father	父	父	父	父	父	
ノ 二 千 禾 禾						
crops	禾	禾	禾	禾	禾	

3 Colour the pictures and write the Chinese numbers.

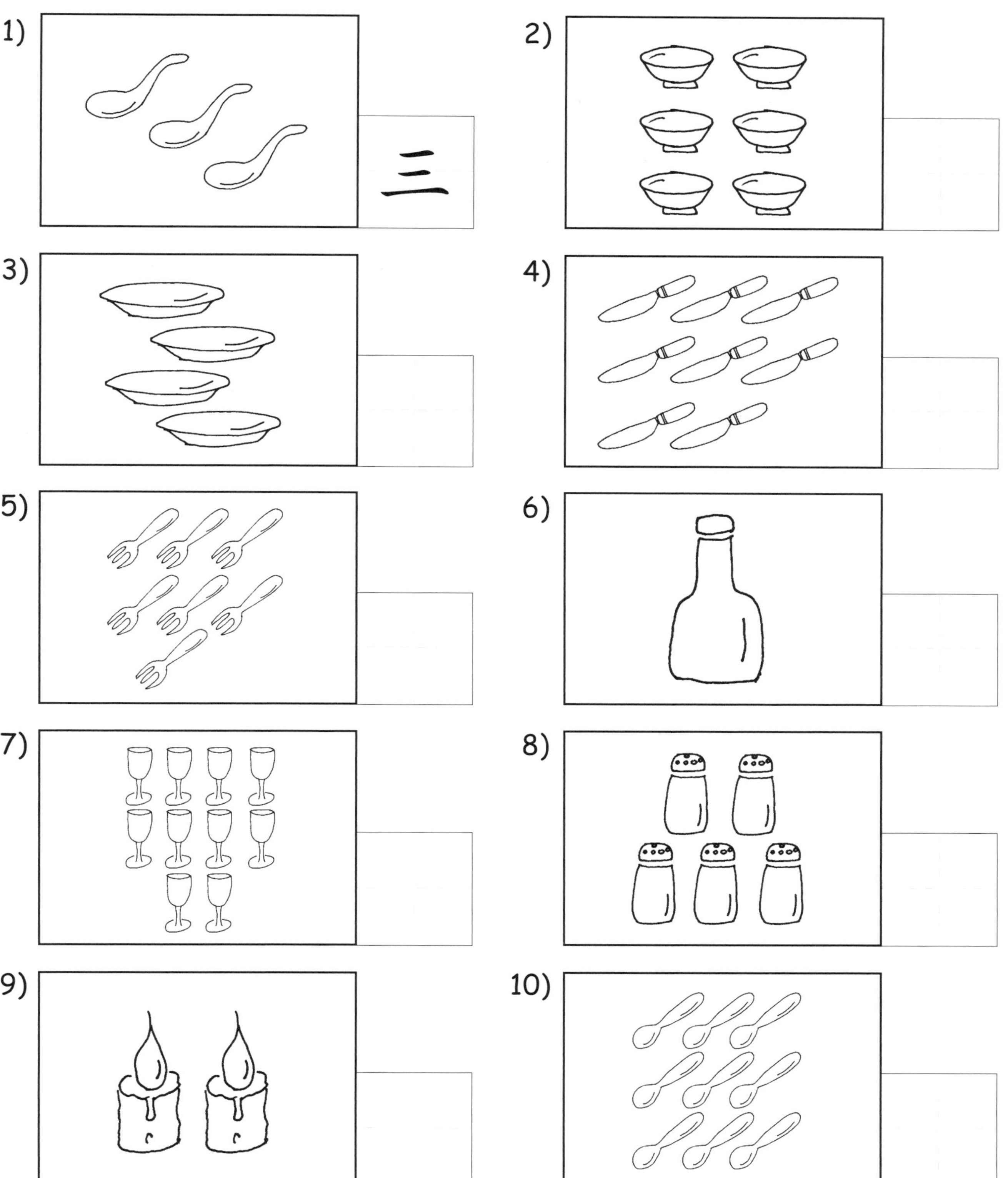

4 Fill in the missing phonetic symbols.

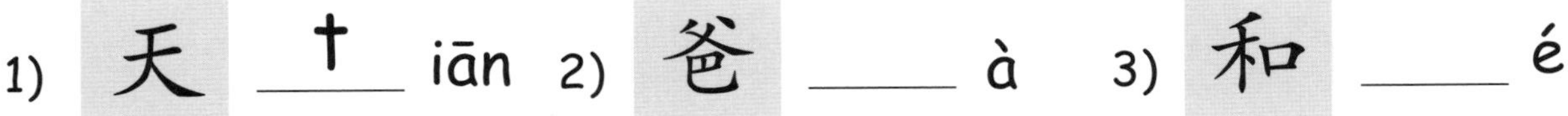

1) 天 __t__ iān 2) 爸 ____ à 3) 和 ____ é

4) 口 ____ ǒu 5) 媽 ____ ā 6) 對 ____ uì

7) 你 ____ ǐ 8) 老 ____ ǎo

5 Choose the correct characters.

1) shuí 誰 (✓) 四 ( ) 2) mèi 好 ( ) 妹 ( )

3) yǒu 不 ( ) 有 ( ) 4) jǐ 幾 ( ) 九 ( )

5) rén 人 ( ) 天 ( ) 6) jiā 家 ( ) 叫 ( )

6 Choose the correct sentence for each picture.

①

☑ a) 她家有三口人。 (tā jiā yǒu sān kǒu rén)

☐ b) 她家有四口人。 (tā jiā yǒu sì kǒu rén)

②

☐ a) 她姓王。 (tā xìng wáng)

☐ b) 她叫王。 (tā jiào wáng)

③

☐ a) 對不起! (duì bu qǐ)

☐ b) 謝謝! (xiè xie)

④

☐ a) 你早! (nǐ zǎo)

☐ b) 再見! (zài jiàn)

⑤

☐ a) 再見! (zài jiàn)

☐ b) 没關係。 (méi guān xi)

⑥

☐ a) 她家有四口人。 (tā jiā yǒu sì kǒu rén)

☐ b) 她家有五口人。 (tā jiā yǒu wǔ kǒu rén)

7 Circle all the six-stroke characters.

yǒu 有	jiā 家	lǎo 老	kǒu 口	hǎo 好	rén 人	guān 關	míng 名
jǐ 幾	shī 師	zǎo 早	shuí 誰	zài 再	bà 爸	xìng 姓	hé 和

8 Write the strokes.

1) diǎn 丶

2) héng 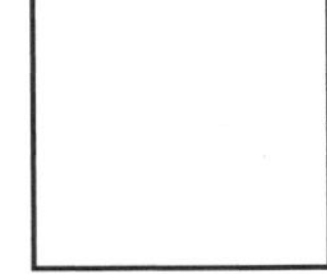

3) shù

4) piě 

5) nà 

6) tí 

7) zhé 

8) gōu 

9 Write the Chinese numbers.

1) 7 

2) 3 

3) 8 

4) 5 

5) 9 

6) 10 

7) 14 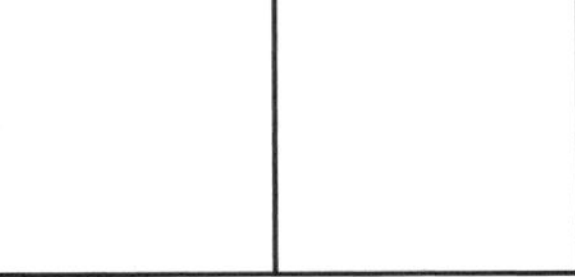

8) 16 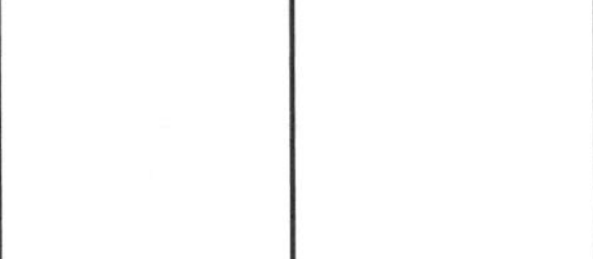

10 Trace the characters.

丶 丷 宀 宀 宀 宀 宀 家 家 家						
jiā family; home	家	家	家	家	家	
一 ナ 十 冇 有 有						
yǒu have; there is	有	有	有	有	有	
𠃋 幺 幺 幺 丝 丝 丝 丝 丝 幾 幾 幾						
jǐ how many	幾	幾	幾	幾	幾	
丨 冂 口						
kǒu mouth; measure word	口	口	口	口	口	
丿 人						
rén person	人	人	人	人	人	
丶 亠 亠 亠 言 言 言 言 訁 訁 訁 詐 詐 誰 誰						
shuí who	誰	誰	誰	誰	誰	

丿 八 𠆢 父 …… 爸						
bà dad; father	爸	爸	爸	爸	爸	
𡿨 ㄑ 女 …… 媽 媽 媽 媽 媽						
mā mum; mother	媽	媽	媽	媽	媽	
𡿨 ㄑ 女 …… 妹 妹 妹						
mèi younger sister	妹	妹	妹	妹	妹	
丿 二 千 禾 禾 禾 和 和						
hé and	和	和	和	和	和	

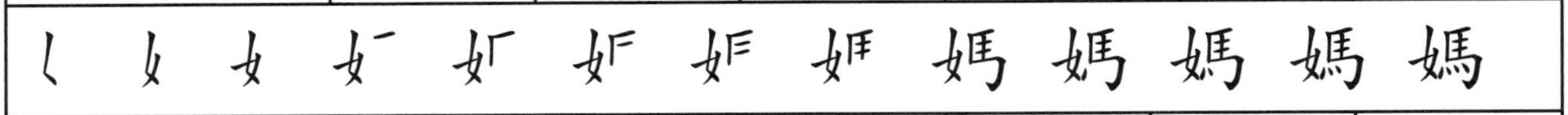

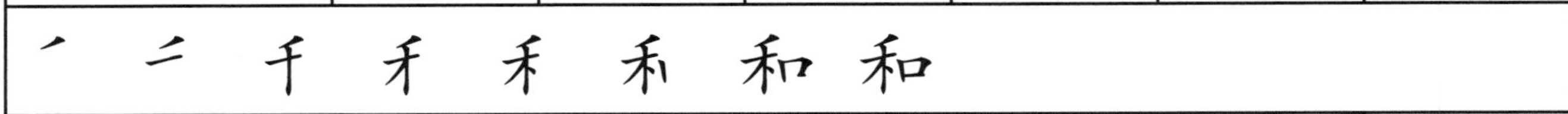

11 Write the characters.

1) 5 strokes: 叫

2) 7 strokes:

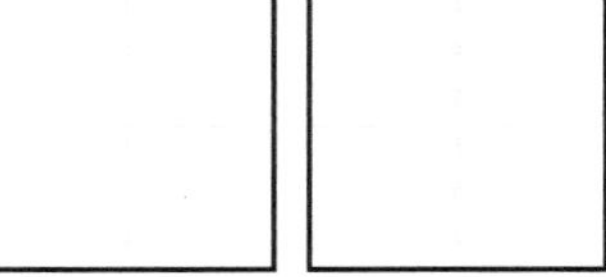

3) 8 strokes:

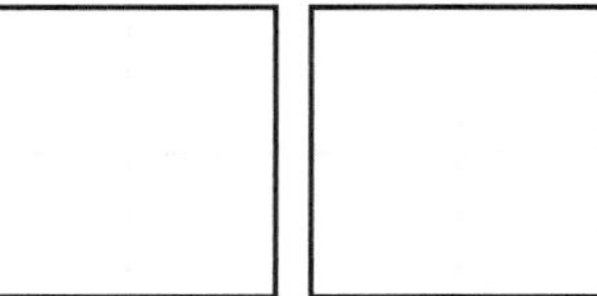

12 Write the radicals.

1) míng 名 → 夕

2) zì 字 →

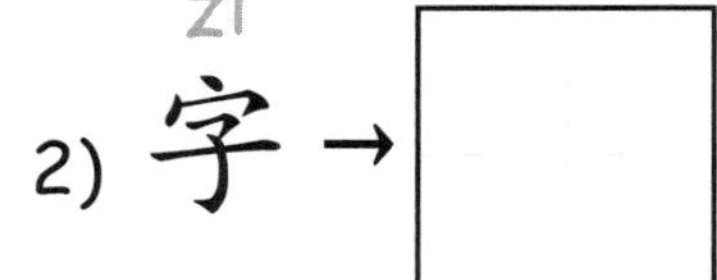

3) bà 爸 →

4) hé 和 →

13 Read the following sentences and draw pictures.

①

wǒ jiā yǒu sān kǒu rén
我家有三口人：
bà ba mā ma hé wǒ
爸爸、媽媽和我。

②

wǒ jiā yǒu sì kǒu rén
我家有四口人：
bà ba mā ma jiě jie
爸爸、媽媽、姐姐
hé wǒ
和我。

③

wǒ jiā yǒu liù kǒu rén
我家有六口人：
bà ba mā ma gē ge
爸爸、媽媽、哥哥、
dì di mèi mei hé wǒ
弟弟、妹妹和我。

dì qī kè 第七課

1 Trace the phonetic symbols.

j	j	j	j	j	j	
q	q	q	q	q	q	
x	x	x	x	x	x	

2 Trace the radicals.

ノ 人

stretching person	人	人	人	人	人	

丨 ⺊ 止 止

stop	止	止	止	止	止	

3 Fill in the missing numbers.

三			六				十

4 Fill in the missing phonetic symbols.

d h j g m x s t b

1) 哥 g ē　2) 嗎 ____ a　3) 他 ____ ā

4) 歲 ____ uì　5) 弟 ____ ì　6) 爸 ____ à

7) 和 ____ é　8) 幾 ____ ǐ　9) 係 ____ ì

5 Draw pictures of those mentioned below.

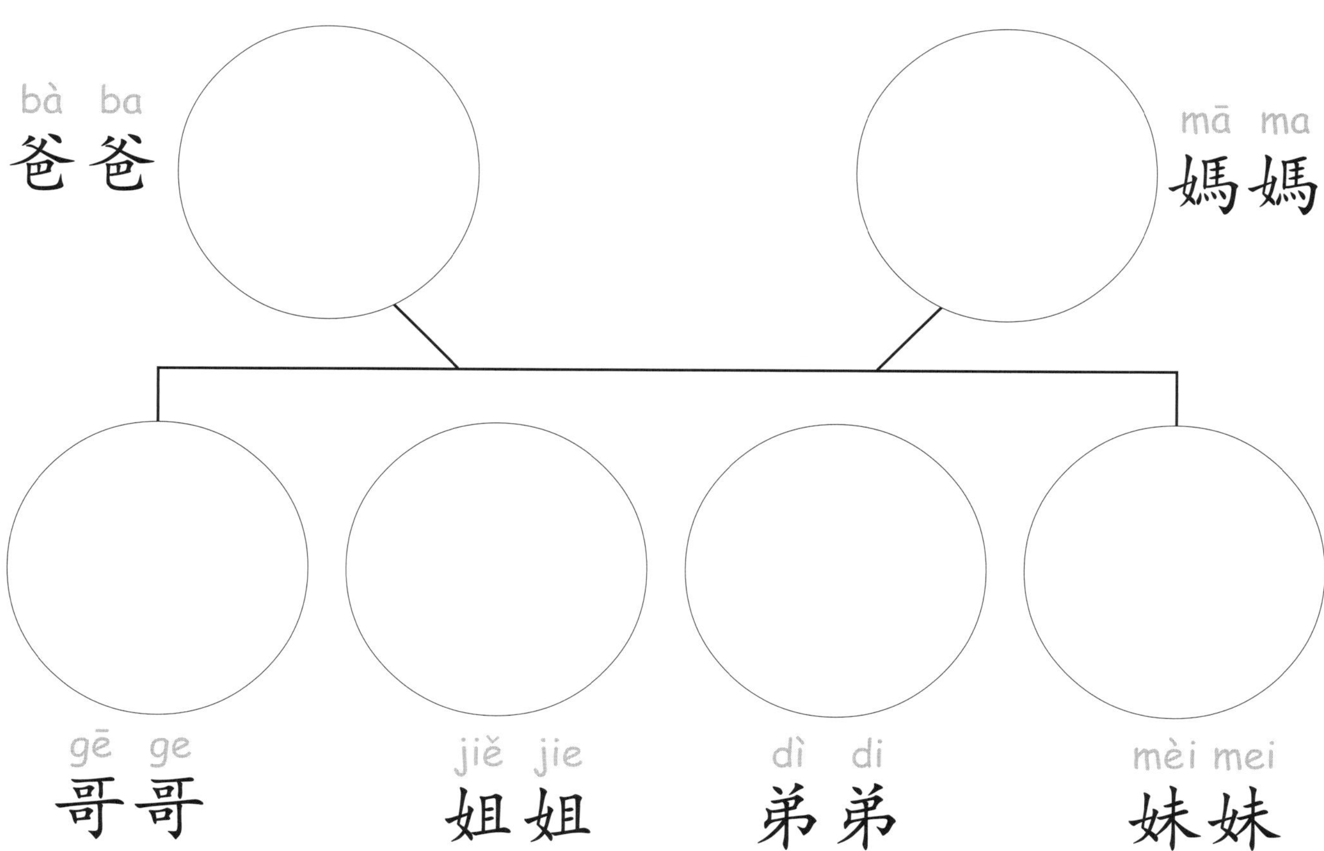

6 Read and match.

nǐ xìng shén me 1) 你姓什麼？	wǒ xìng xiè a) 我姓謝。
nǐ jiào shén me míng zi 2) 你叫什麼名字？	sān kǒu rén b) 三口人。
nǐ jiā yǒu jǐ kǒu rén 3) 你家有幾口人？	wǒ jiào xiè tiān c) 我叫謝天。
nǐ jiā yǒu shuí 4) 你家有誰？	bà ba mā ma hé wǒ d) 爸爸、媽媽和我。
nǐ jǐ suì 5) 你幾歲？	liù suì e) 六歲。

7 Write the radicals.

1) 心 heart

2) 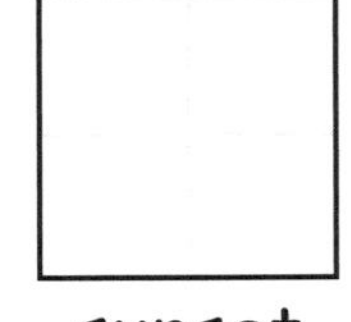 sunset

3)  father

4) walk

5) 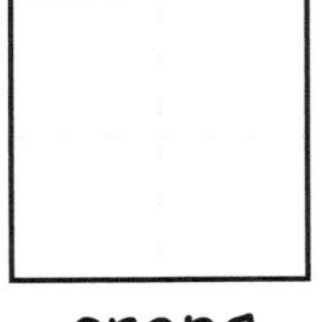 crops

6) 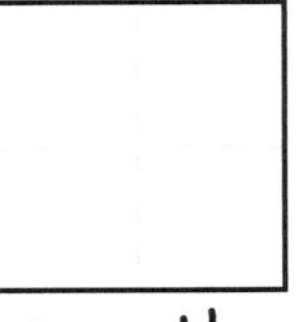 mouth

7) 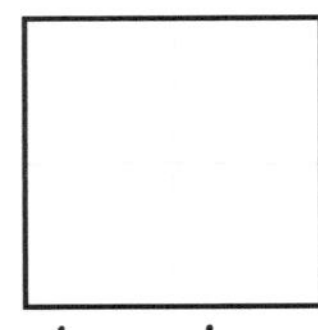 border

8) roof with chimney

9) 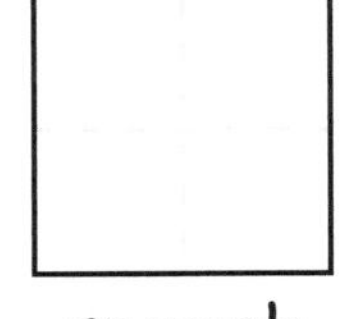 speech

10) 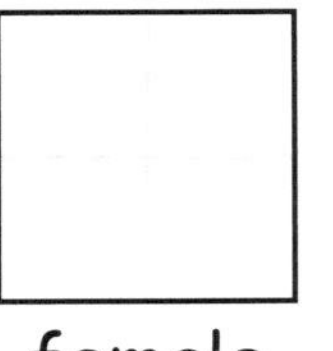 female

11) 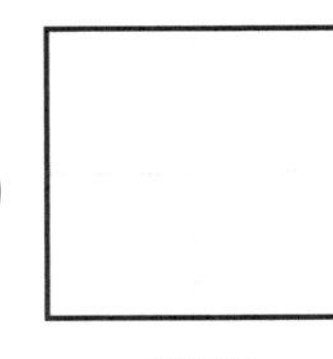 sun

12) napkin

8 Fill in the blanks with proper numbers.

bà ba 爸爸	suì 歲
mā ma 媽媽	suì 歲
wǒ 我	suì 歲

9 Circle the correct characters.

1)	yǒu	有	不
2)	tiān	王	天
3)	gè	人	個
4)	jǐ	九	幾
5)	nín	您	你
6)	sì	十	四

10 Draw yourself and answer the questions below.

nǐ jiào shén me míng zi
1) 你叫什麼名字?

nǐ jǐ suì
2) 你幾歲?

11 Read and match.

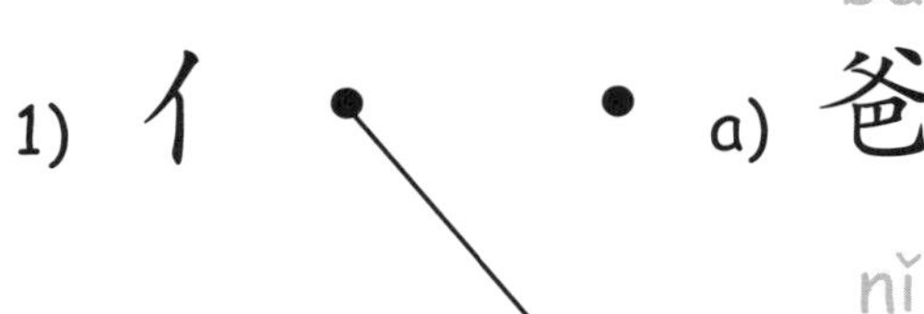

1) 亻   a) 爸 (bà)

2) 女   b) 你 (nǐ)

3) 父   c) 好 (hǎo)

4) 禾   d) 名 (míng)

5) 夕   e) 起 (qǐ)

6) 走   f) 和 (hé)

12 Rearrange the word order and make sentences.

1) 我 (wǒ) 哥哥 (gē ge) 有 (yǒu)。→

我有哥哥。

2) 没有 (méi yǒu) 他 (tā) 弟弟 (dì di)。→

他

3) 有 (yǒu) 你 (nǐ) 嗎 (ma) 妹妹 (mèi mei)?→

你

13 Circle the phrases as required.

gē 哥	ge 哥	mā 媽	ma 媽	mèi 妹
míng 名	zi 字	dì 弟	di 弟	mei 妹
méi 没	yǒu 有	bà 爸	ba 爸	wǒ 我

1) elder brother ✓

2) father

3) younger sister

4) do not have

5) name

6) mother

14 Trace the characters.

一 亠 可 可 可 哥 哥 哥 哥 哥					
gē elder brother	哥	哥	哥	哥	哥
丨 口 口 口 吁 吁 呼 嗎 嗎 嗎 嗎 嗎 嗎					
ma question particle	嗎	嗎	嗎	嗎	嗎
丿 亻 亻 們 們 個 個 個 個 個					
gè measure word	個	個	個	個	個
丿 亻 仁 他 他					
tā he; him	他	他	他	他	他
丨 卜 止 止 歨 产 产 产 岸 岁 歲 歲 歲					
suì year (of age)	歲	歲	歲	歲	歲
丶 丷 弓 弓 弟 弟 弟					
dì younger brother	弟	弟	弟	弟	弟

15 Choose the correct characters.

1) 4 strokes

wǔ	sì
五	四
(✓)	( )

2) 5 strokes

yǒu	yòng
有	用
( )	( )

3) 6 strokes

wǒ	lǎo
我	老
( )	( )

4) 7 strokes

dì	hé
弟	和
( )	( )

5) 8 strokes

shuí	bà
誰	爸
( )	( )

6) 10 strokes

gē	xìng
哥	姓
( )	( )

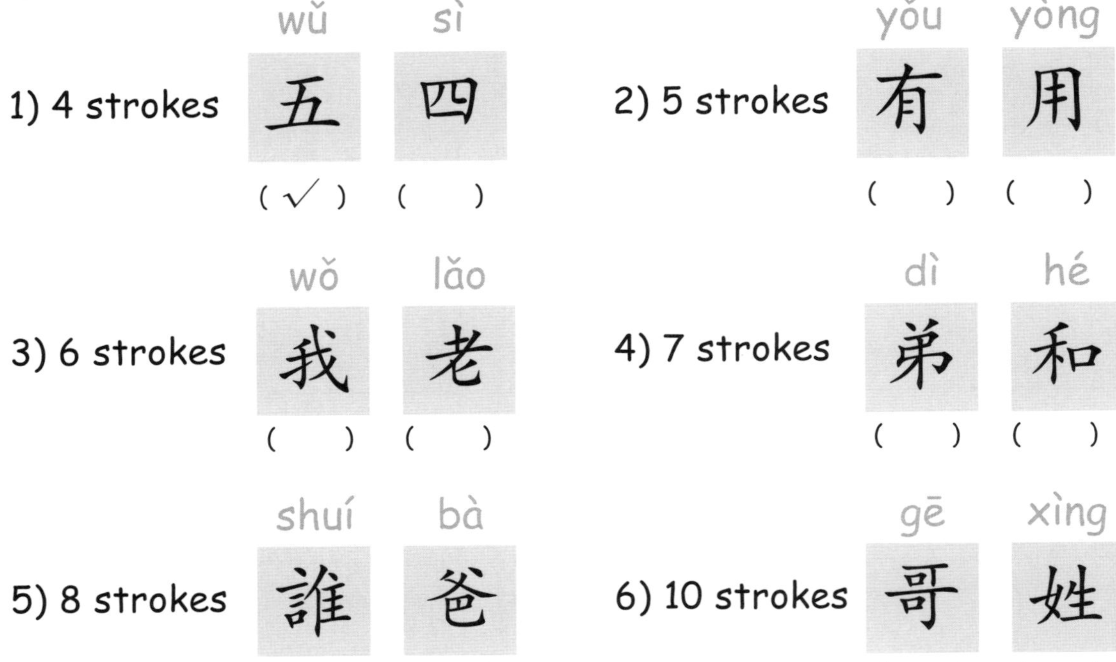

16 Draw a picture of each radical. Colour the pictures.

① 心

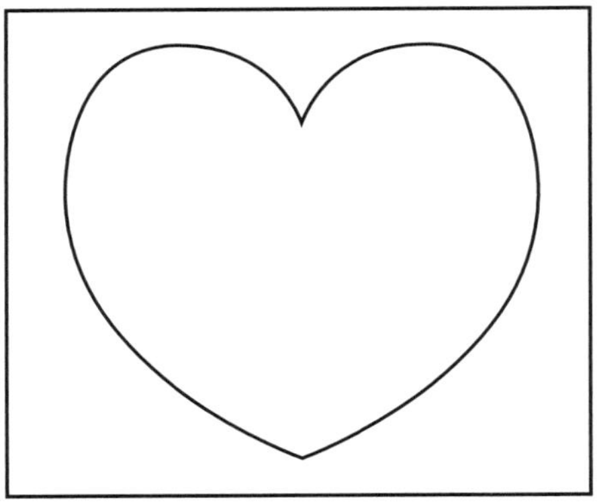

② 夕

③ 曰

④ 亻

17 Draw the structure of each character.

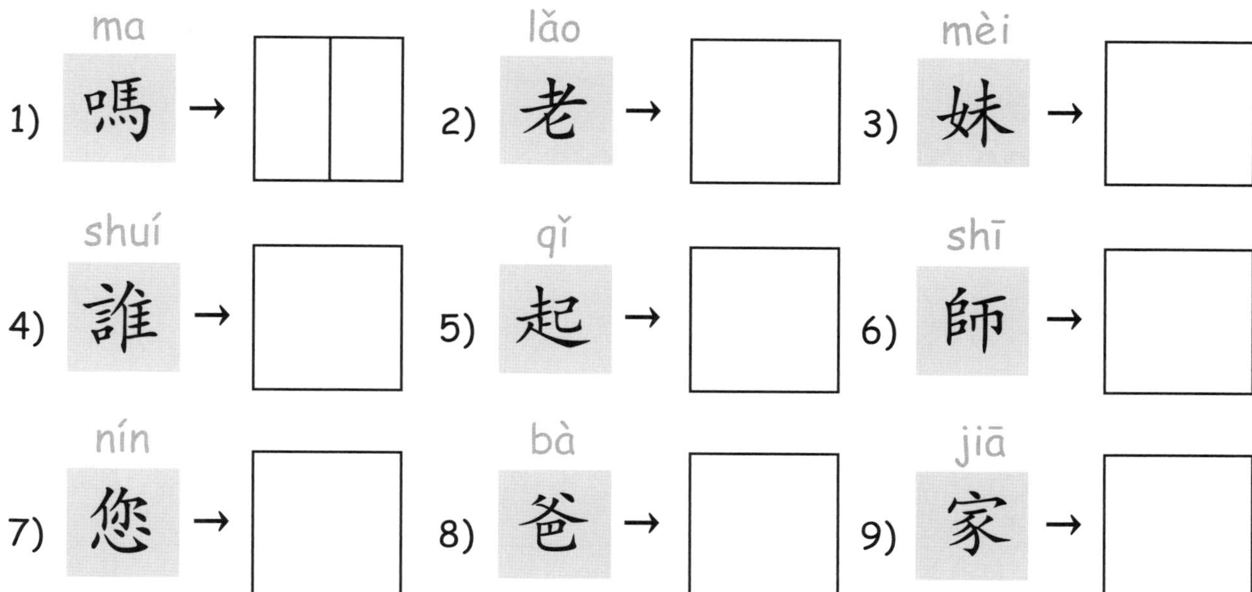

18 Fill in the missing words.

1) nǐ 你 ☐ (zǎo) !

2) zài 再 ☐ (jiàn) !

3) ☐ (bú) yòng xiè 用謝。

4) duì 對 ☐ (bu) qǐ 起!

5) nǐ 你 ☐ (jiào) shén me míng zi 什麼名字?

6) nǐ gē ge 你哥哥 ☐ (jǐ) suì 歲?

7) wǒ jiā 我家 ☐ (yǒu) wǔ kǒu rén 五口人。

8) tā yǒu yí 他有一 ☐ (ge) dì di 弟弟?

dì bā kè
第八課

1 Trace the phonetic symbols.

zh	zh	zh	zh	zh	zh	
ch	ch	ch	ch	ch	ch	
sh	sh	sh	sh	sh	sh	
r	r	r	r	r	r	

2 Trace the radicals.

一 十 士						
scholar	士	士	士	士	士	
ノ ⺈ 𠂊 欠						
owe	欠	欠	欠	欠	欠	

一 丆 丆 丙 丙 百 百 頁 頁						
page	頁	頁	頁	頁	頁	
乙 幺 幺 糸 糸 糸						
silk	糸	糸	糸	糸	糸	
丶 十 卄 艹						
grass	艹	艹	艹	艹	艹	
丿 八 灬 灬						
fire	灬	灬	灬	灬	灬	

3 Colour the balloons.

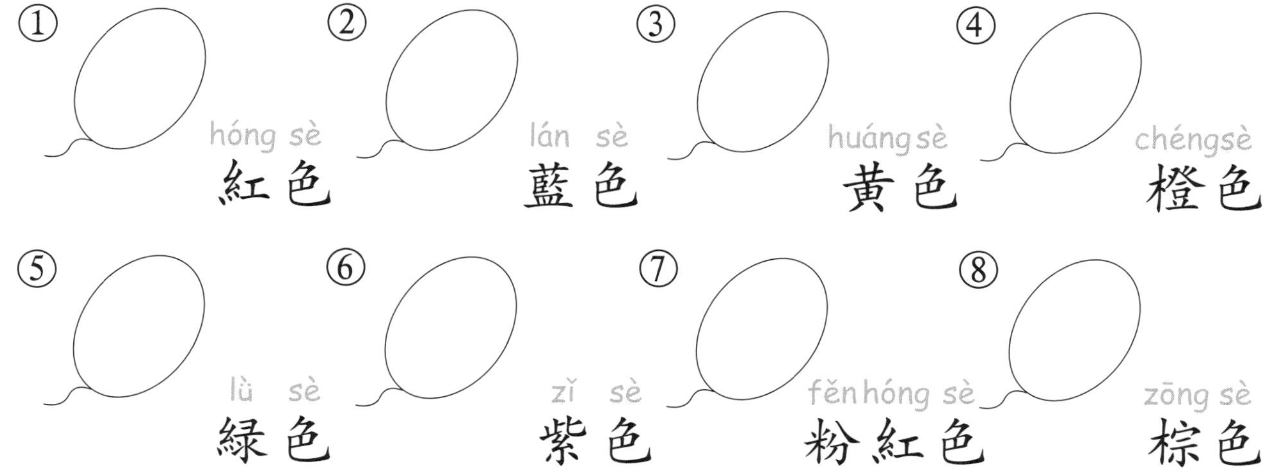

4 Draw a picture of each character. Colour the pictures.

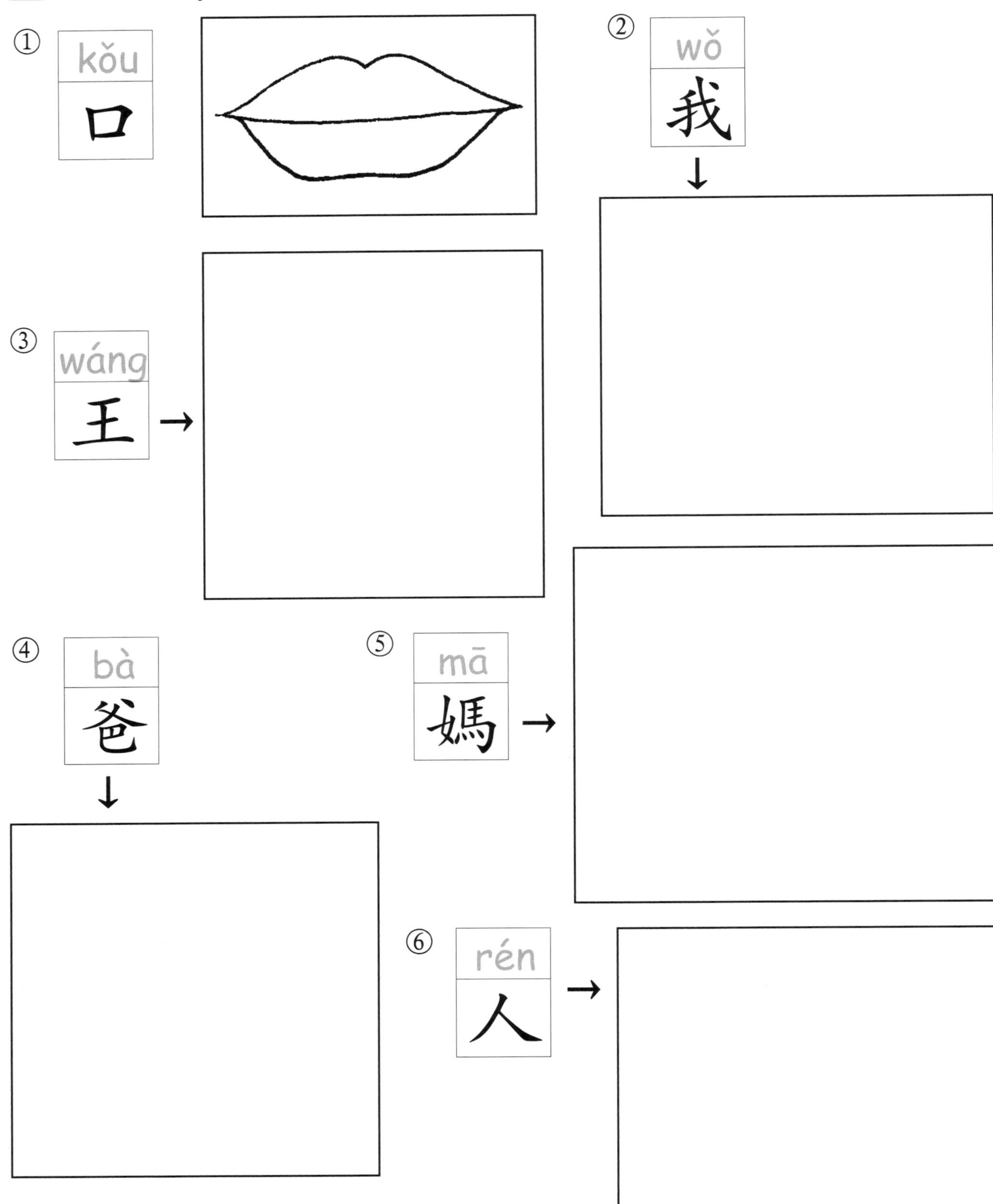

5 Fill in the blanks, following the example.

1) 爸爸喜歡

2) 媽媽

3)

4)

5)

6)

6 Look and match.

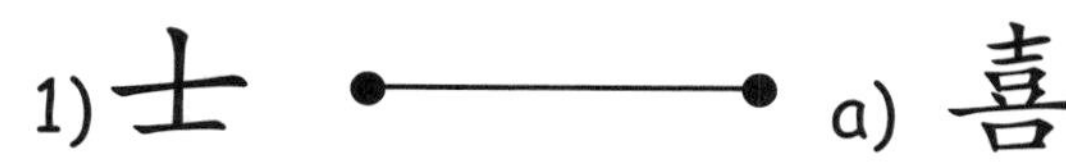

		pinyin	
1) 士		xǐ	a) 喜
2) 欠		yán	b) 顏
3) 頁		huān	c) 歡
4) 糹		hēi	d) 黑
5) 艹		hóng	e) 紅
6) 灬		lán	f) 藍

7 Draw the structure of each character.

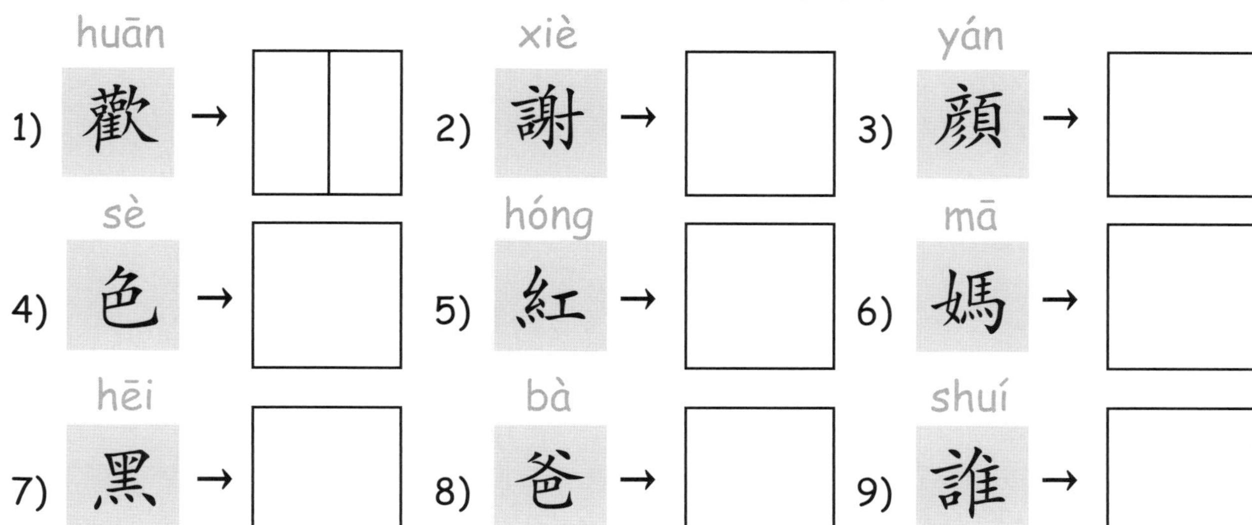

1) huān 歡 →

2) xiè 謝 →

3) yán 顏 →

4) sè 色 →

5) hóng 紅 →

6) mā 媽 →

7) hēi 黑 →

8) bà 爸 →

9) shuí 誰 →

8 Draw pictures in the colour given.

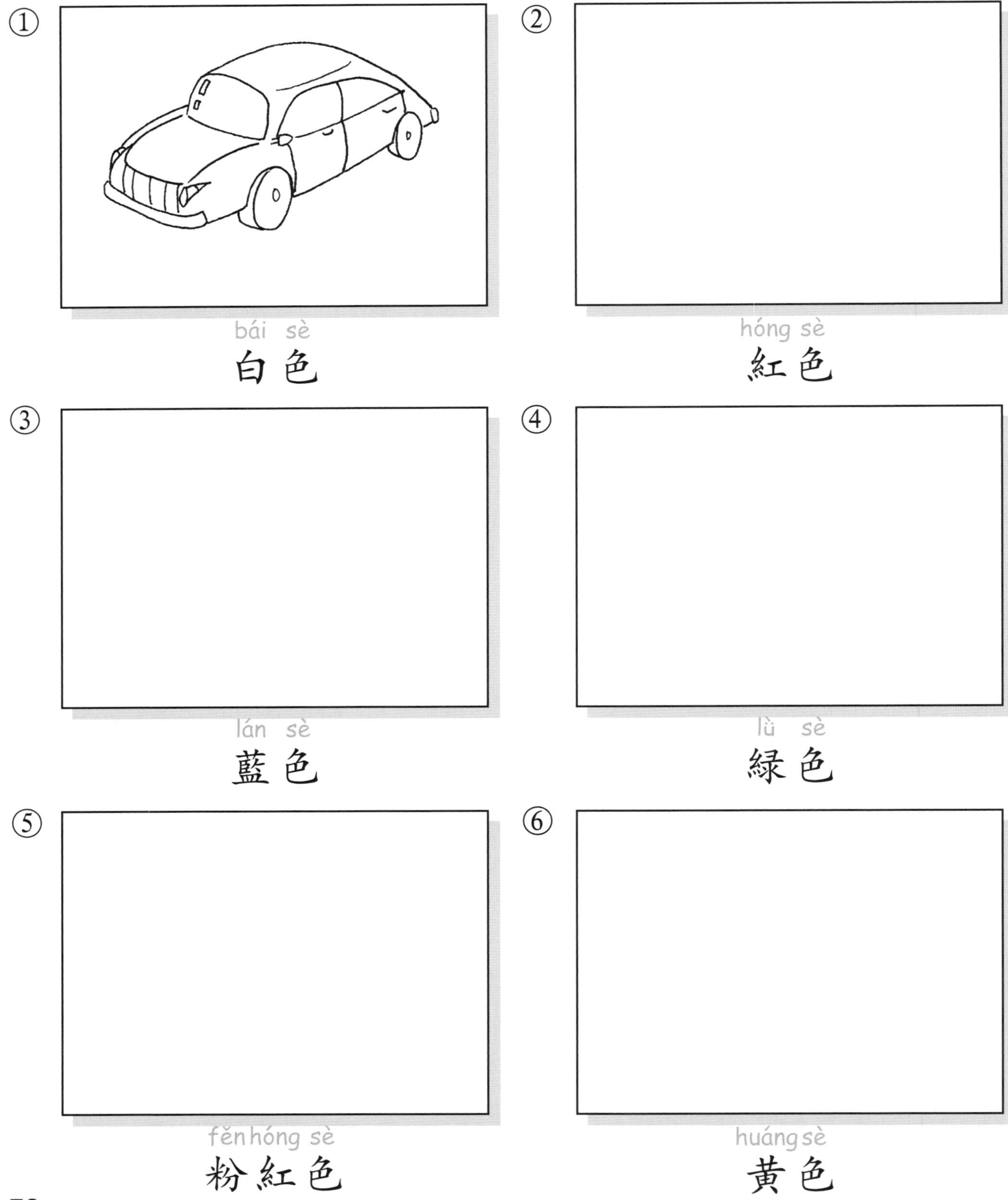

9 Fill in the missing phonetic symbols.

sh b h l m g d j n

1) 師 sh ī
2) 關 ____ uān
3) 白 ____ ái
4) 黑 ____ ēi
5) 藍 ____ án
6) 大 ____ à
7) 名 ____ íng
8) 你 ____ ǐ
9) 家 ____ iā

10 Draw a picture, using only the four colours given in the box.

1) 紅色 (hóng sè)
2) 黃色 (huáng sè)
3) 藍色 (lán sè)
4) 黑色 (hēi sè)

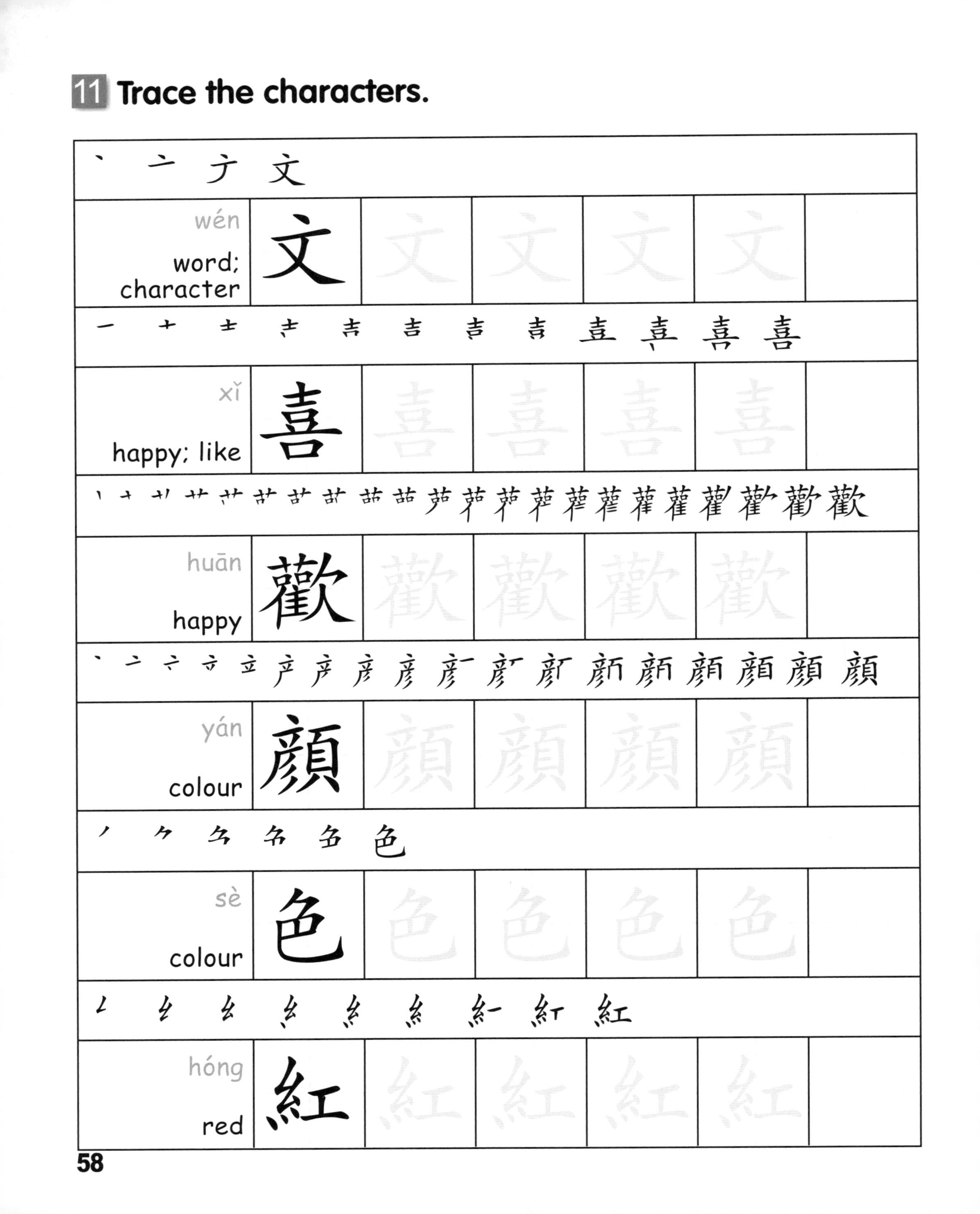

11 Trace the characters.

wén word; character	文	文	文	文	文	
xǐ happy; like	喜	喜	喜	喜	喜	
huān happy	歡	歡	歡	歡	歡	
yán colour	顏	顏	顏	顏	顏	
sè colour	色	色	色	色	色	
hóng red	紅	紅	紅	紅	紅	

一 十 廾 廾 芏 芇 苩 苗 苗 黄 黃					
huáng yellow	黃	黃	黃	黃	黃
丶 十 艹 艹 艹 艹 芀 芀 芀 苫 苫 苫 藍 藍 藍 藍 藍 藍					
lán blue	藍	藍	藍	藍	藍
ノ 亻 白 白 白					
bái white	白	白	白	白	白
丶 口 四 四 四 甲 里 里 黑 黑 黑 黑					
hēi black	黑	黑	黑	黑	黑

12 **Circle the correct colour(s) for each picture. Colour the pictures.**

① 

hēi 黑　lán 藍　bái 白

② 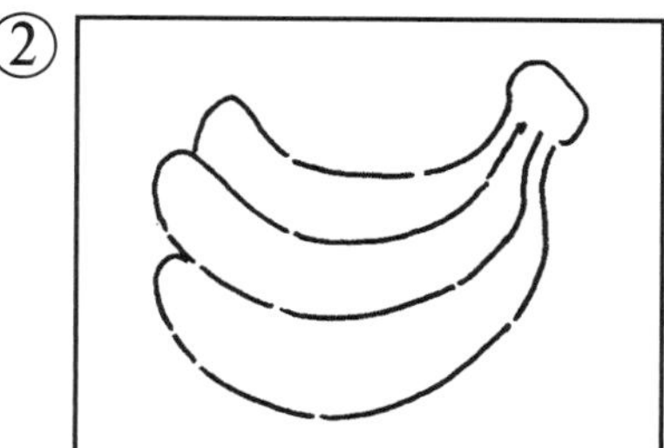

huáng 黃　hóng 紅　lán 藍

③ 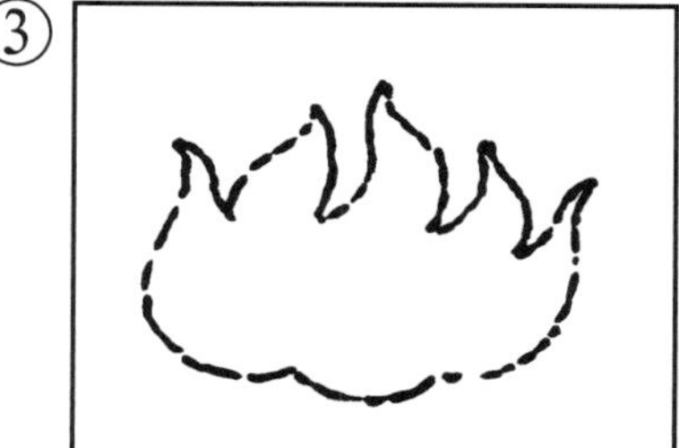

bái 白　lán 藍　hóng 紅

dì jiǔ kè
第九課

1 Trace the phonetic symbols.

z	z	z	z	z	z	
c	c	c	c	c	c	
s	s	s	s	s	s	

2 Trace the radicals.

丶 辶 辶						
movement	辶	辶	辶	辶	辶	
乛 了 子						
son	子	子	子	子	子	
一 十 才 木						
tree; wood	木	木	木	木	木	

ノ 亻 白 白 白						
white	白	白	白	白	白	
丿 月 月 月						
flesh	月	月	月	月	月	
丶 八 宀 穴 穴						
cave	穴	穴	穴	穴	穴	
丶 ラ 才 衤 衤						
clothing	衤	衤	衤	衤	衤	
丨 冂 冃 田 田						
field	田	田	田	田	田	

3 Fill in the missing numbers.

八		十	十一		

4 Colour the clothes as required.

① 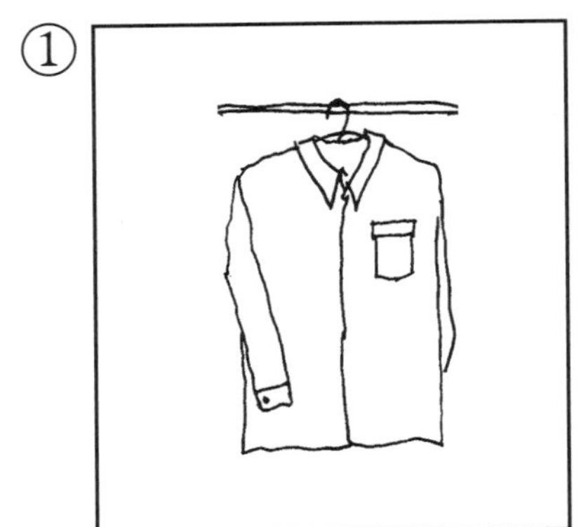

huáng sè de chèn shān
黃色的襯衫

② 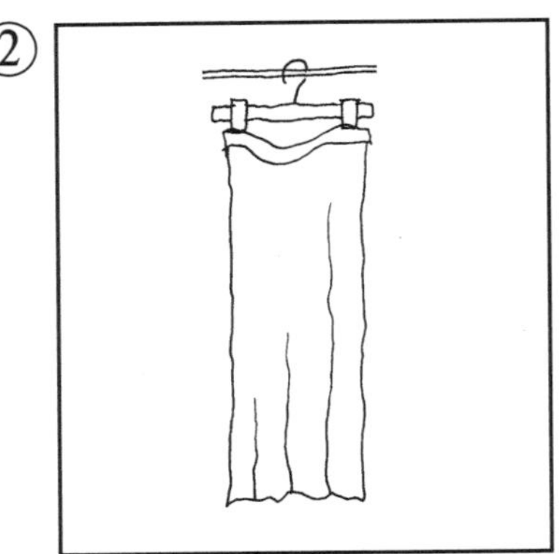

fěn hóng sè de qún zi
粉紅色的裙子

③ 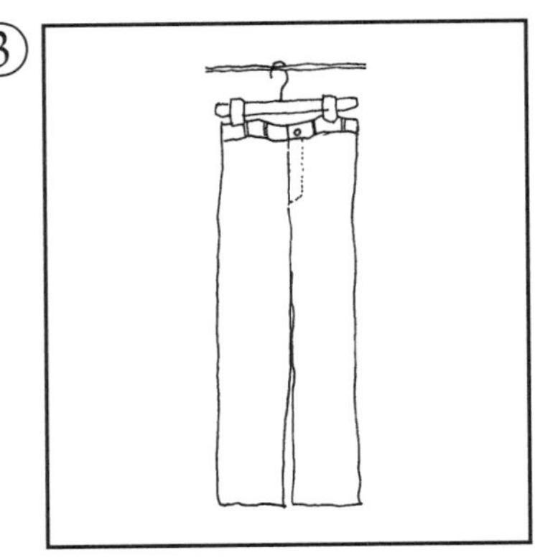

zōng sè de kù zi
棕色的褲子

④ 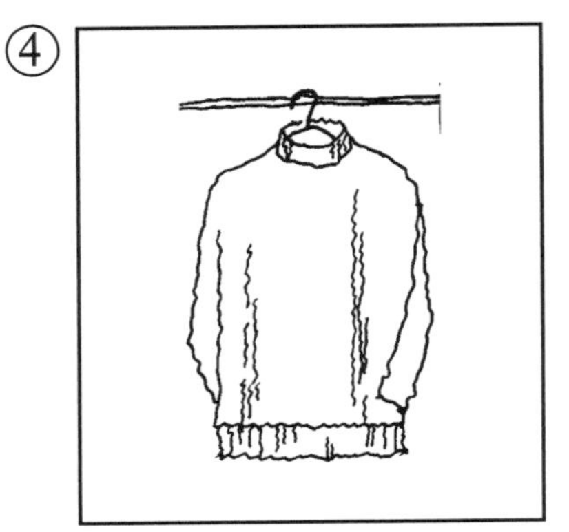

lǜ sè de máo yī
綠色的毛衣

⑤ 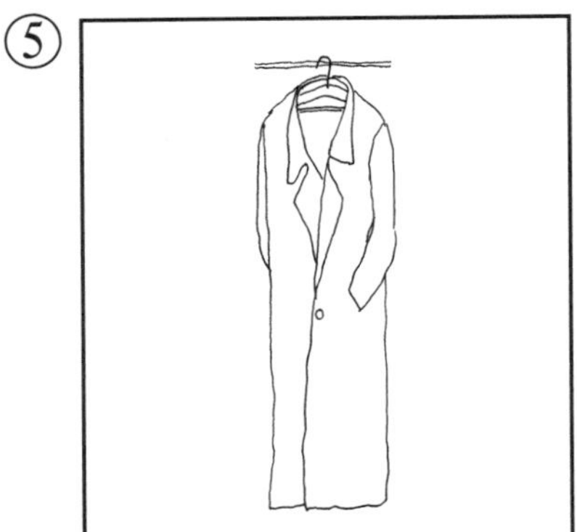

zǐ sè de dà yī
紫色的大衣

⑥ 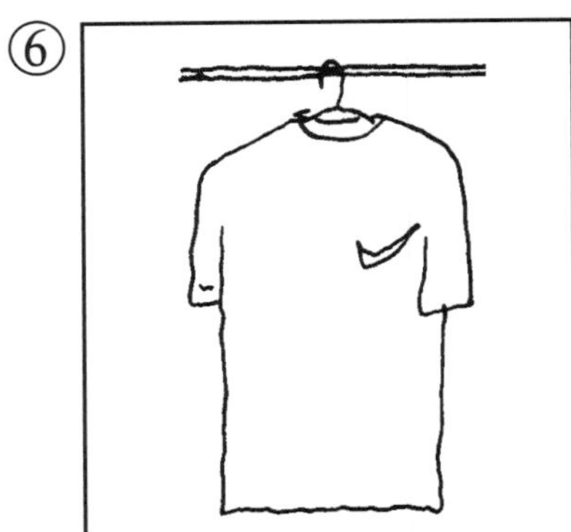

huī sè de hàn shān
灰色的汗衫

⑦ 

lán sè de xiào fú
藍色的校服

⑧ 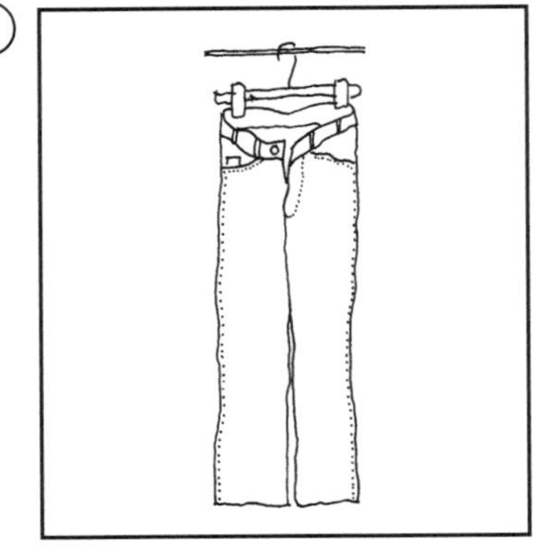

hēi sè de niú zǎi kù
黑色的牛仔褲

⑨ 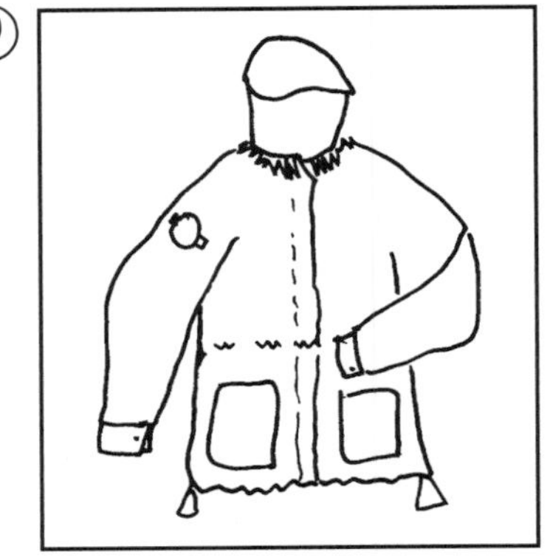

hóng sè de wài tào
紅色的外套

5 Draw the clothes your parents are wearing today and colour them.

Useful words:

a) 白色 (bái sè)

b) 黑色 (hēi sè)

c) 紅色 (hóng sè)

d) 黃色 (huáng sè)

e) 藍色 (lán sè)

f) 橙色 (chéng sè)

g) 綠色 (lǜ sè)

h) 棕色 (zōng sè)

i) 粉紅色 (fěn hóng sè)

j) 灰色 (huī sè)

k) 紫色 (zǐ sè)

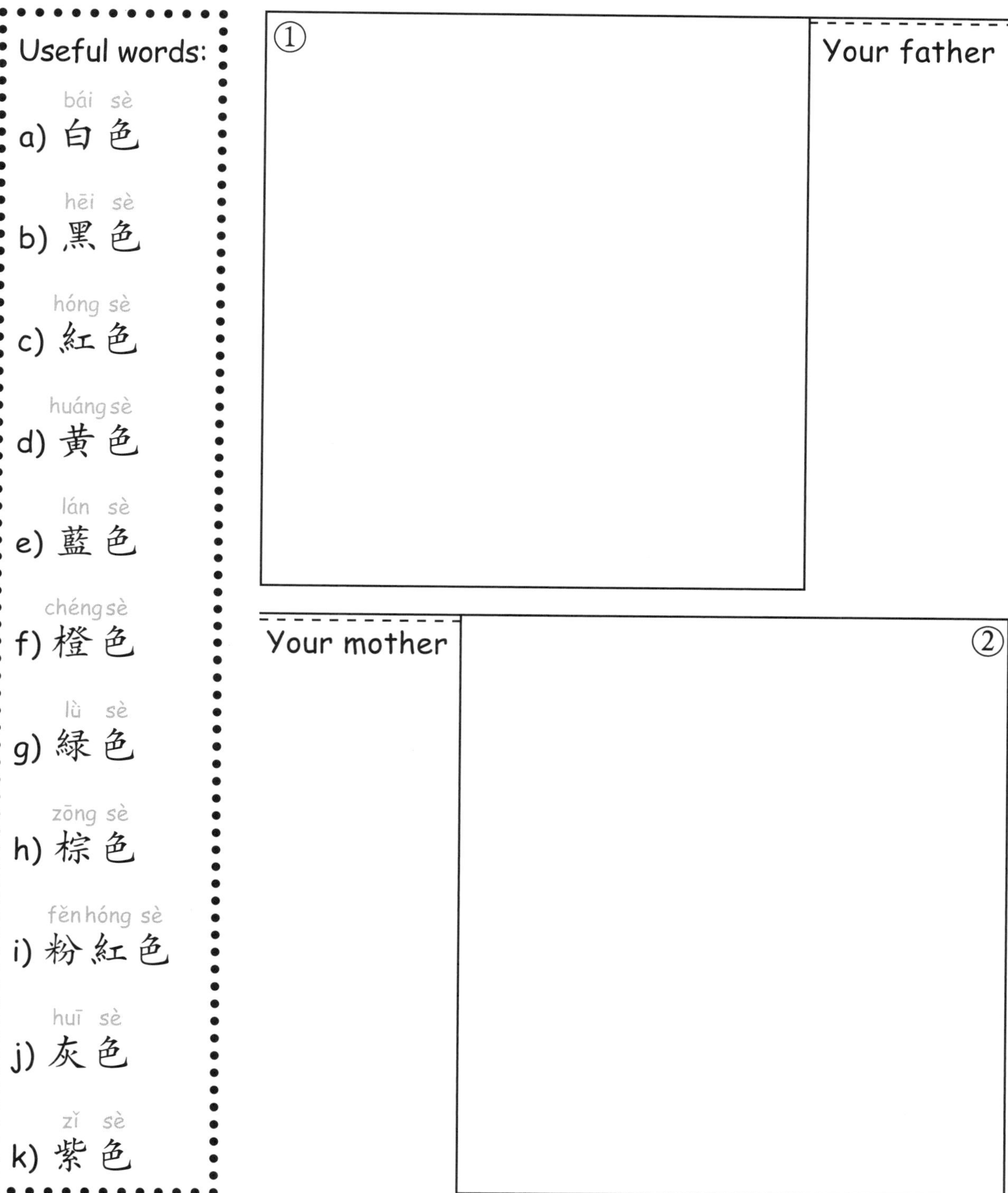

6 Count the strokes of each character.

1) 是 (shì) 9

2) 校 (xiào) ______

3) 裙 (qún) ______

4) 這 (zhè) ______

5) 服 (fú) ______

6) 穿 (chuān) ______

7 Find the route by connecting all the colour words.

xiào 校	fú 服	qún 裙	kù 褲	zi 子	yán 顏
nán 男	nǚ 女	chéng 橙	bái 白	hēi 黑	suì 歲
huī 灰	lán 藍	zǐ 紫	zhè 這	huáng 黃	zōng 棕
hóng 紅	chèn 襯	shān 衫	wén 文	shì 是	hé 和

Start ↑ (below 紅) → Finish (beside 棕)

8 Choose the correct characters.

1) 8 strokes　服 fú (✓)　是 shì (　)

2) 7 strokes　紅 hóng (　)　男 nán (　)

3) 9 strokes　褲 kù (　)　穿 chuān (　)

4) 10 strokes　校 xiào (　)　色 sè (　)

9 Read the sentences and draw pictures. Colour the pictures.

①

nán shēng chuān bái sè de chèn
男生 穿 白色的襯
shān hé lán sè de kù zi
衫和藍色的褲子。

②

nǚ shēng chuān huáng sè de chèn
女生 穿 黃色的襯
shān hé zōng sè de qún zi
衫和棕色的裙子。

10 Draw pictures as required and colour them.

1) The taxi in your country:

2) Your favourite clothes:

11 Draw your school uniforms and colour them.

① nán shēng
男生

② nǚ shēng
女生

12 Trace the characters.

丶 亠 亠 亠 言 言 言 這 這 這					
zhè this	這	這	這	這	這
丨 冂 日 日 旦 早 早 是 是					
shì be	是	是	是	是	是

ノ 亻 亻 亻 仴 仴 仴 們 們 們					
men plural suffix	們	們	們	們	們
學 (stroke order)					
xué study	學	學	學	學	學
一 十 才 木 木 杧 杧 杧 校 校					
xiào school	校	校	校	校	校
ノ 亻 亻 白 白 白 的 的					
de of; 's	的	的	的	的	的
丿 月 月 月 月 肌 服 服					
fú clothes	服	服	服	服	服
𡿨 女 女					
nǚ female	女	女	女	女	女

丿 𠂉 𠂒 牛 生						
shēng student	生					
丶 丷 宀 宂 穴 空 穿 穿						
chuān wear	穿					
丶 ⺈ 礻 衤 … 襯						
chèn lining	襯					
丶 ⺈ 礻 衤 衤 衫 衫 衫						
shān unlined upper garment	衫					
丶 ⺈ 礻 衤 衤 衤 衤 衤 衤 裙 裙 裙						
qún skirt	裙					
乛 了 子						
zi noun suffix	子					

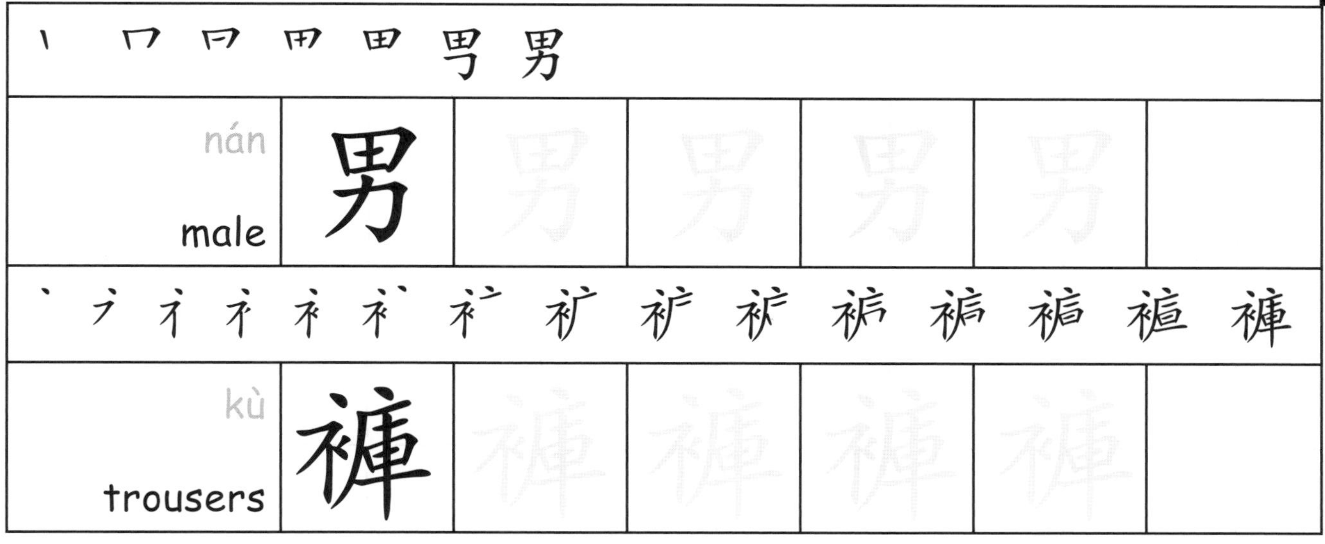

13 Fill in the missing words.

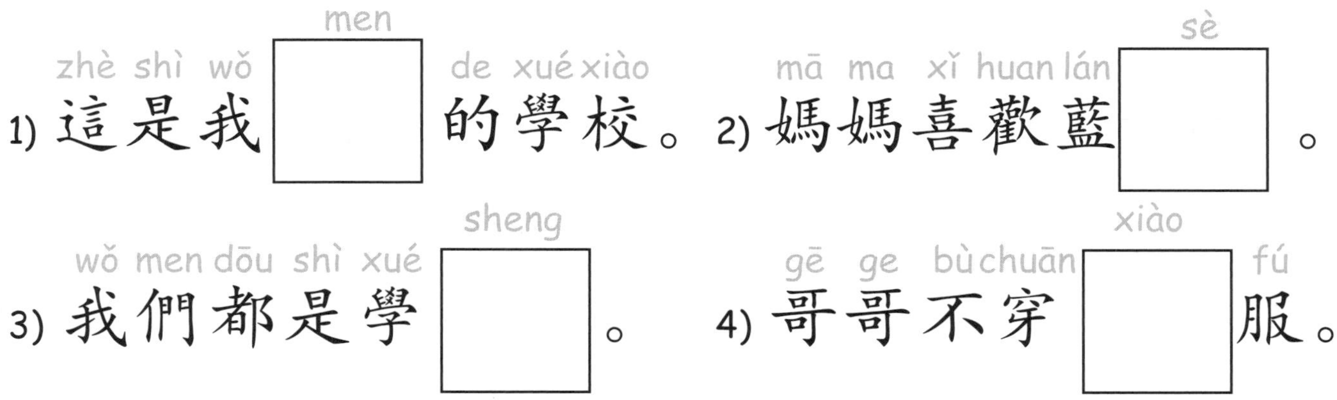

14 Draw the clothes you like best and colour them. Complete the sentence if you can.

我	喜	歡	穿

dì shí kè
第十課

1 Trace the phonetic symbols.

y	y	y	y	y	y	
w	w	w	w	w	w	

2 Trace the radicals.

丶 亠 广 疒 疒						
illness	疒	疒	疒	疒	疒	
丨 冂 月 月 目						
eye	目	目	目	目	目	
㇇ 阝 阝						
ear	阝	阝	阝	阝	阝	

3 Read and match.

1) 穴 ● — ● a) 瘦 (shòu)

2) 疒 ● — ● b) 穿 (chuān)

3) 目 ● — ● c) 衫 (shān)

4) 艮 ● — ● d) 眼 (yǎn)

5) 衤 ● — ● e) 男 (nán)

6) 田 ● — ● f) 都 (dōu)

4 Look, read and match. Write the letters.

b 1) 眼睛 (yǎn jing)	☐ 2) 嘴巴 (zuǐ ba)
☐ 3) 鼻子 (bí zi)	☐ 4) 頭髮 (tóu fa)

5 Draw a picture as required and colour it.

Dog: 大眼睛 (dà yǎn jing)

大鼻子 (dà bí zi)

大嘴巴 (dà zuǐ ba)

6 Fill in the missing phonetic symbols.

q r zh j sh y ch w x

1) 小 __x__ iǎo 2) 姐 ____ iě 3) 瘦 ____ òu

4) 長 ____ áng 5) 眼 ____ ǎn 6) 這 ____ è

7) 裙 ____ ún 8) 人 ____ én 9) 五 ____ ǔ

7 Circle the phrases as required.

yǎn 眼	jing 睛	xǐ 喜	huan 歡	hóng 紅
duì 對	zuǐ 嘴	bí 鼻	zi 子	qún 裙
xiè 謝	xiào 校	ba 巴	tóu 頭	kù 褲
nán 男	fú 服	chèn 襯	cháng 長	fa 髮
nǚ 女	shēng 生	shān 衫	yán 顏	sè 色

1) eyes ✓

2) nose

3) mouth

4) hair

5) school uniform

6) like

7) boy student

8) girl student

8 Look, read and match.

1) 眼睛 (yǎn jing) — a)

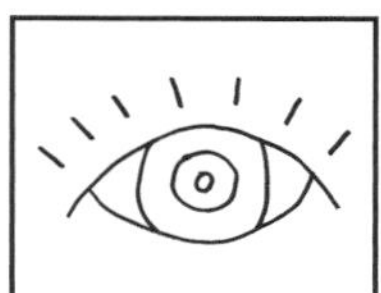

2) 鼻子 (bí zi) — b)

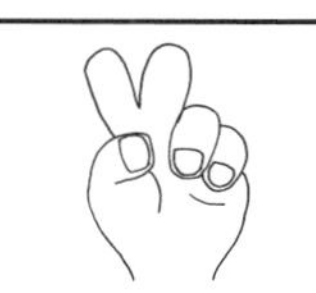

3) 手 (shǒu) — c)

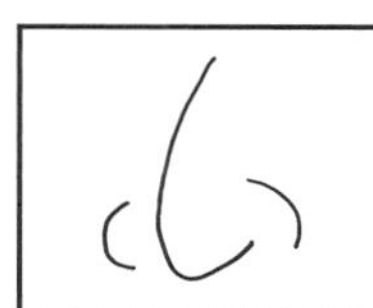

4) 脚 (jiǎo) — d)

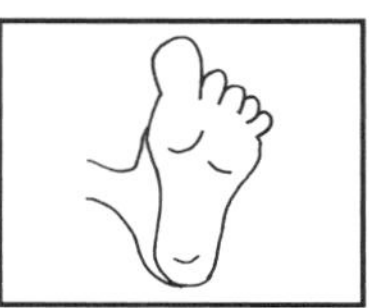

5) 耳朵 (ěr duo) — e)

6) 頭髮 (tóu fa) — f)

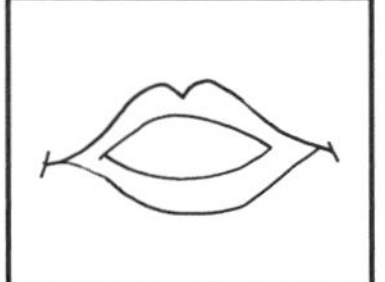

7) 嘴巴 (zuǐ ba) — g)

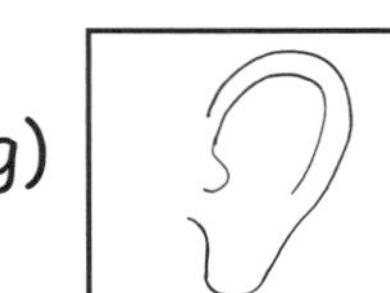

9 Draw pictures and colour them.

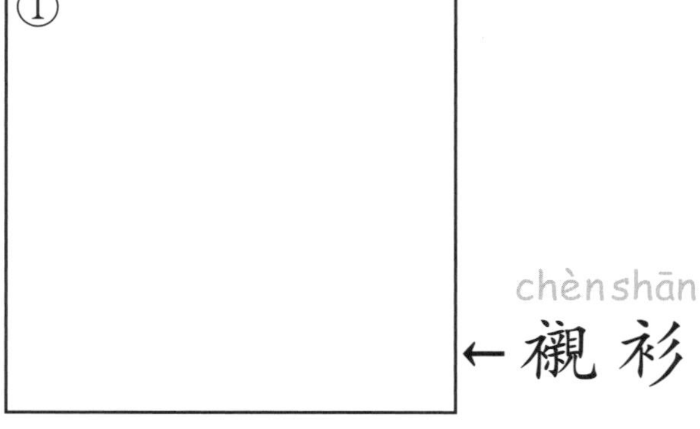

① ← 襯衫 (chènshān)

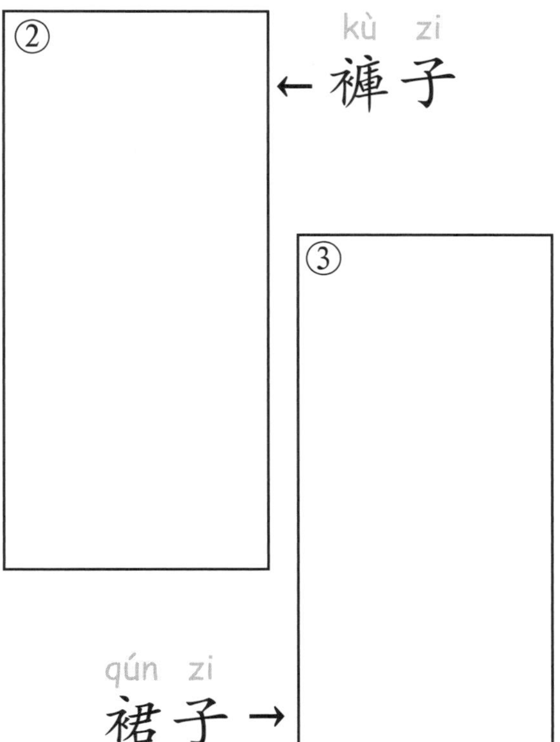

② ← 褲子 (kù zi)

③ 裙子 (qún zi) →

10 Write the radicals.

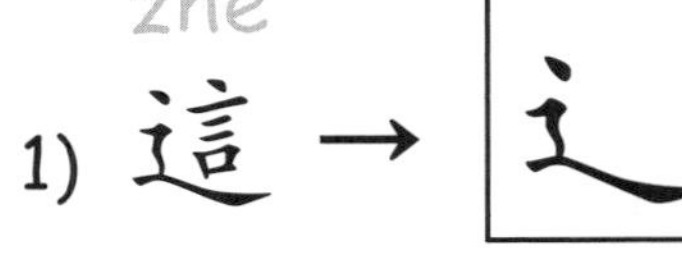

1) 這 (zhè) → 辶

2) 學 (xué) →

3) 校 (xiào) →

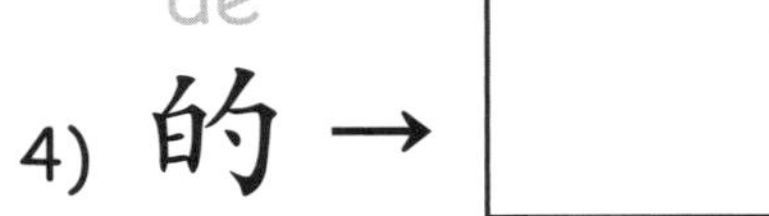

4) 的 (de) →

5) 服 (fú) →

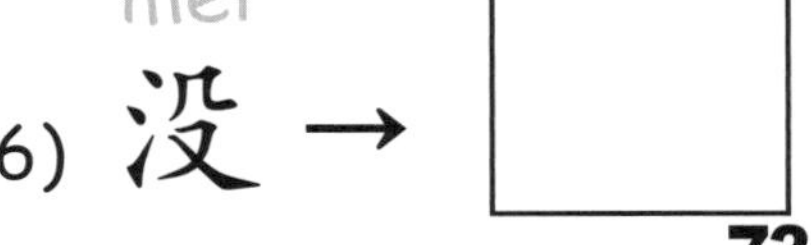

6) 没 (méi) →

11 Connect the matching characters.

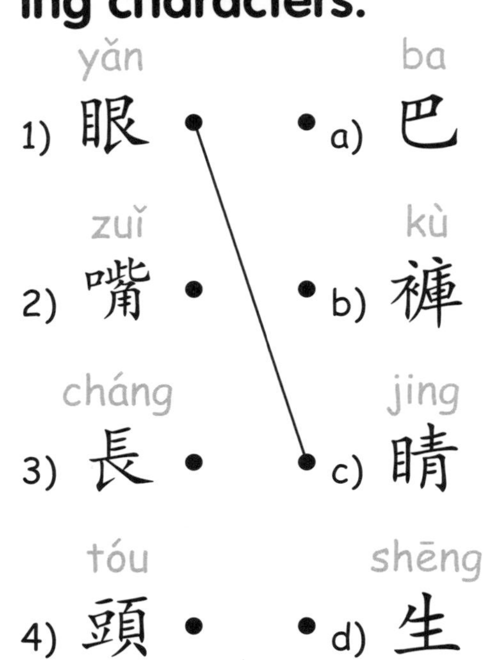

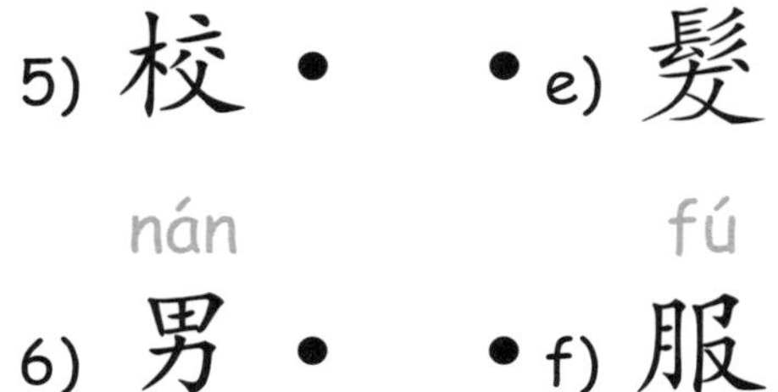

12 Colour the words as required.

yǎn 眼	jing 睛	chèn 襯	shān 衫	xiào 校
huáng 黃	hóng 紅	hēi 黑	zuǐ 嘴	fú 服
bái 白	sè 色	lán 藍	bí 鼻	ba 巴
tóu 頭	fa 髮	qún 裙	zi 子	kù 褲

1) Parts of the body: 藍色 (lán sè)

2) Clothing: 紅色 (hóng sè)

3) Colours: 黃色 (huáng sè)

13 Draw a picture of yourself and circle the matching words.

1) 眼睛 (yǎn jing)（大 dà、小 xiǎo）

2) 鼻子 (bí zi)（大 dà、小 xiǎo、高 gāo）

3) 嘴巴 (zuǐ ba)（大 dà、小 xiǎo）

14 Read the sentences and draw pictures.

①

tā yǒu dà yǎn jing xiǎo bí zi hé xiǎo zuǐ ba tā yǒu duǎn tóu fa shì hēi sè de

他有大眼睛、小鼻子和小嘴巴。他有短頭髮，是黑色的。

②

tā de yǎn jing xiǎo xiǎo de bí zi xiǎo xiǎo de zuǐ ba xiǎo xiǎo de tā yǒu cháng tóu fa

她的眼睛小小的，鼻子小小的，嘴巴小小的。她有長頭髮。

③

tā de yǎn jing dà dà de bí zi gāo gāo de zuǐ ba xiǎo xiǎo de tā de tóu fa bù cháng shì chéng sè de

她的眼睛大大的，鼻子高高的，嘴巴小小的。她的頭髮不長，是橙色的。

④

tā yǒu xiǎo yǎn jing gāo bí zi hé dà zuǐ ba tā méi yǒu tóu fa

他有小眼睛、高鼻子和大嘴巴。他没有頭髮。

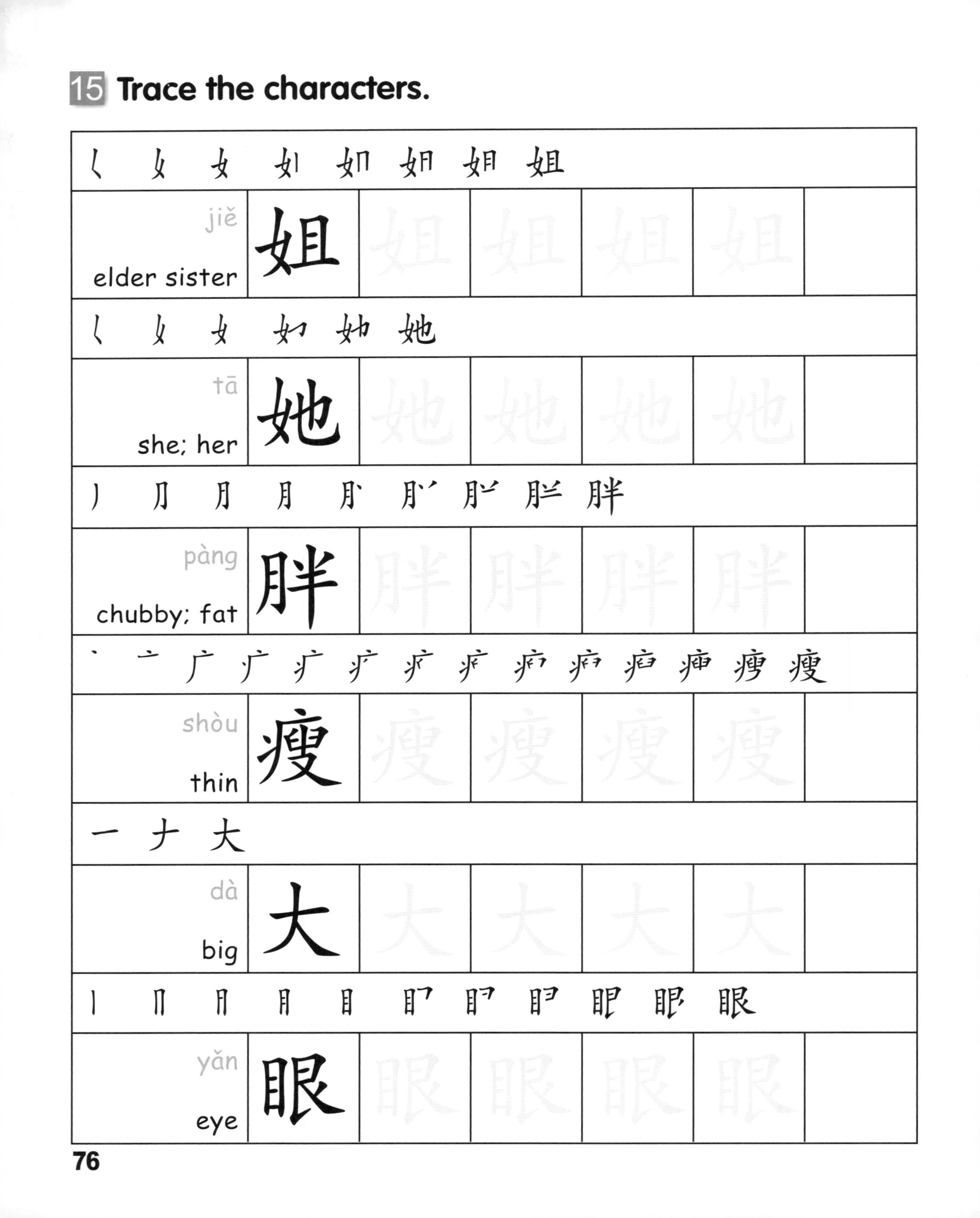

15 Trace the characters.

Pinyin	Meaning	Character
jiě	elder sister	姐
tā	she; her	她
pàng	chubby; fat	胖
shòu	thin	瘦
dà	big	大
yǎn	eye	眼

一 ナ 大

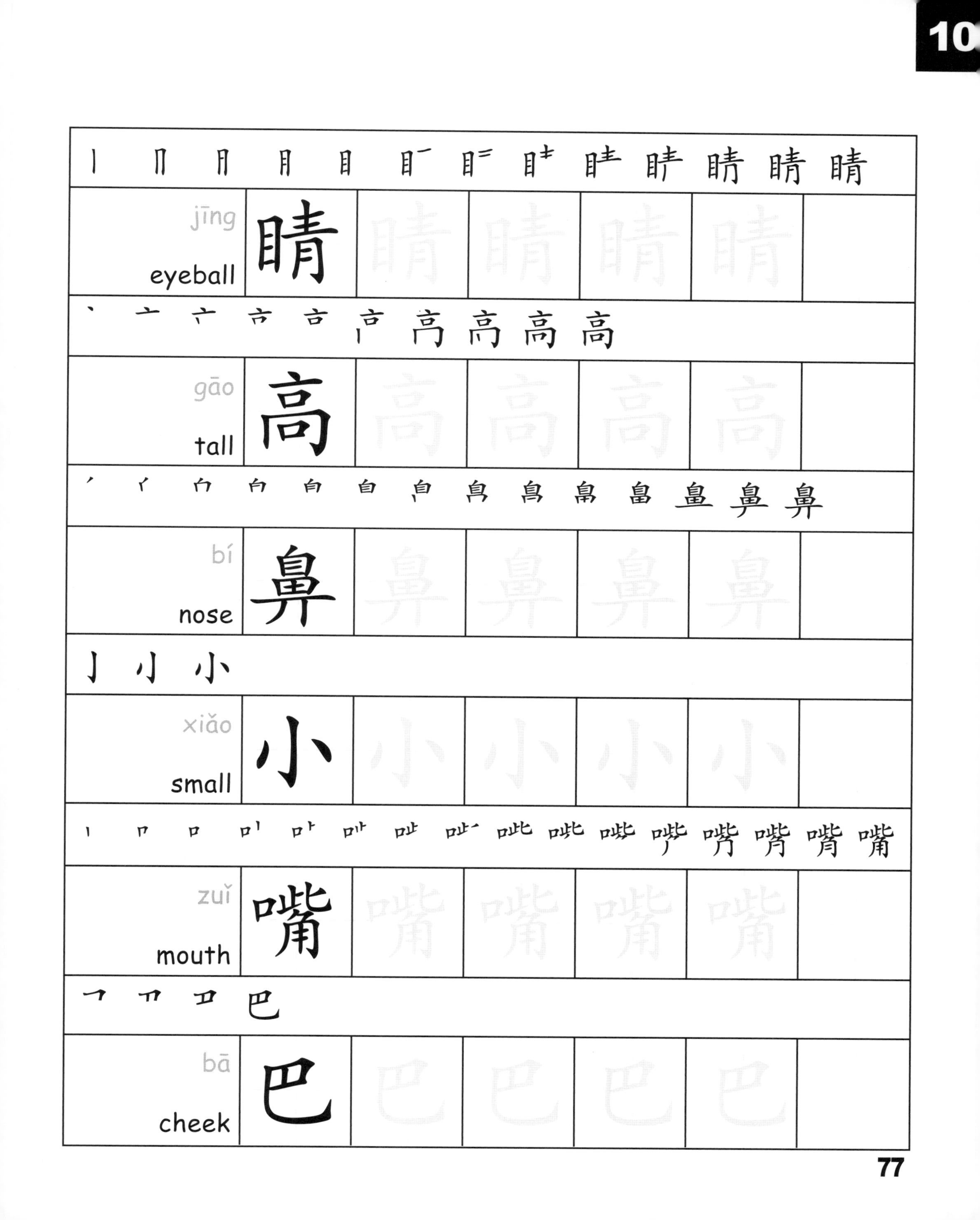

Pinyin	Meaning	Character
jīng	eyeball	睛
gāo	tall	高
bí	nose	鼻
xiǎo	small	小
zuǐ	mouth	嘴
bā	cheek	巴

一 十 土 耂 耂 者 者 者 者' 都 都						
dōu all; both	都	都	都	都	都	
一 厂 F F 臣 長 長 長						
cháng long	長	長	長	長	長	
一 ㇀ 㔾 口 豆 豆 豆 豆 豆 豇 豇 頭 頭 頭 頭 頭						
tóu head	頭	頭	頭	頭	頭	
一 厂 F F 臣 長 長 镸 髟 髟 髟 髪 髪 髮 髮						
fà hair	髮	髮	髮	髮	髮	

16 Read the sentences and draw a picture.

tā bú pàng yě bú shòu tā de liǎn
她不胖也不瘦。她的臉
yuán yuán de yǎn jing dà dà de
圓圓的，眼睛大大的，
bí zi gāo gāo de zuǐ ba xiǎo xiǎo
鼻子高高的，嘴巴小小
de tā yǒu hēi sè de tóu fa tā
的。她有黑色的頭髮。她
de tóu fa bù cháng
的頭髮不長。

17 **Draw pictures of your father and mother and the clothes they like best. Write a short paragraph if you can.**

① bà ba
爸爸

② mā ma
媽媽

爸	爸	喜	歡
穿			

dì shí yī kè
第十一課

1 Trace the phonetic symbols.

ai	ai	ai	ai	ai	ai	
ei	ei	ei	ei	ei	ei	
ui	ui	ui	ui	ui	ui	

2 Trace the radicals.

㇆ 力						
strength	力	力	力	力	力	
㇒ ⺧ 牛 牜						
cow	牜	牜	牜	牜	牜	
㇒ ㇒㇒ 彳						
two people	彳	彳	彳	彳	彳	

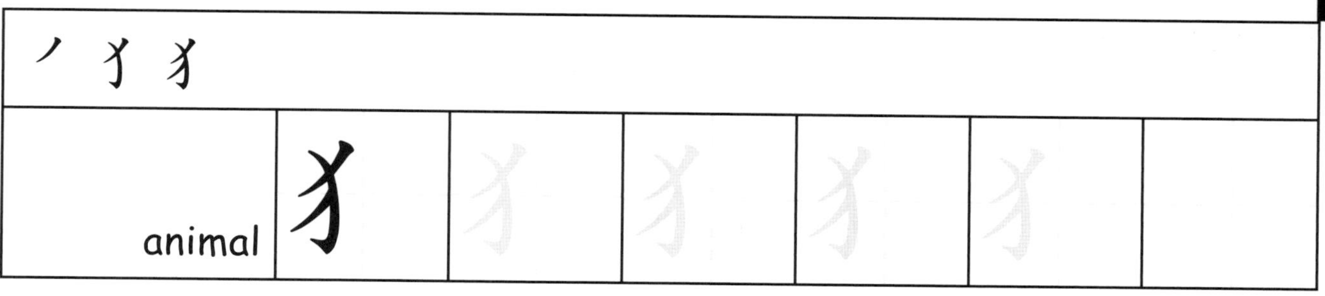

3 Draw pictures as required.

① hēi sè de gǒu 黑色的狗

② bái sè de māo 白色的猫

③ hóng sè de yú 紅色的魚

④ zōng sè de mǎ 棕色的馬

⑤ huáng sè de qún zi 黃色的裙子

⑥ lán sè de cháng kù 藍色的長褲

4 Colour the phrases as required.

xiǎo gǒu 小狗	yǎn jing 眼睛	bà ba 爸爸	nán shēng 男生
chèn shān 襯衫	bí zi 鼻子	hēi māo 黑猫	qún zi 裙子
gē ge 哥哥	nǚ shēng 女生	mā ma 媽媽	zuǐ ba 嘴巴
jiě jie 姐姐	xiào fú 校服	cháng kù 長褲	dà mǎ 大馬

1) Animals: hóng sè 紅色

2) Parts of the body: lán sè 藍色

3) People: huáng sè 黃色

4) Clothing: lǜ sè 綠色

5 Look, read and match. Write the numbers.

① 
② 
③ 
④ 
⑤ 
⑥ 
⑦ 
⑧ 
⑨ 

[2] a) yú 魚　[ ] b) mǎ 馬　[ ] c) gǒu 狗

[ ] d) niǎo 鳥　[ ] e) māo 猫　[ ] f) lǎo hǔ 老虎

[ ] g) dà xiàng 大象　[ ] h) wū guī 烏龜　[ ] i) shī zi 獅子

6 Draw pictures in the colours given. Colour the pictures.

① 

lán sè　bái sè　hóng sè
藍色、白色、紅色

② 

lǜ sè　zōng sè
绿色、棕色

③ 

④ 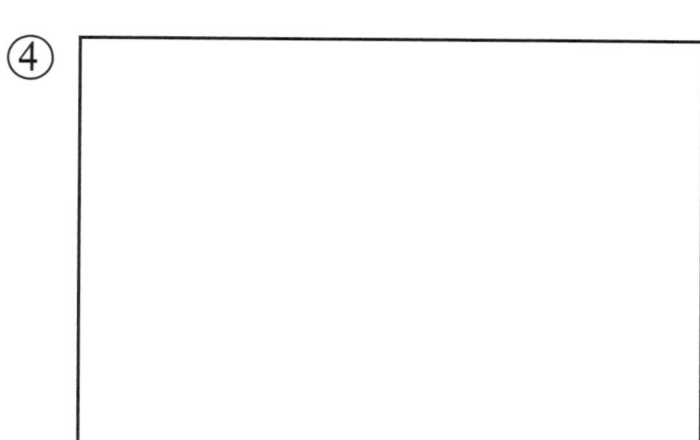

bái sè　hēi sè
白色、黑色

7 Write the radicals.

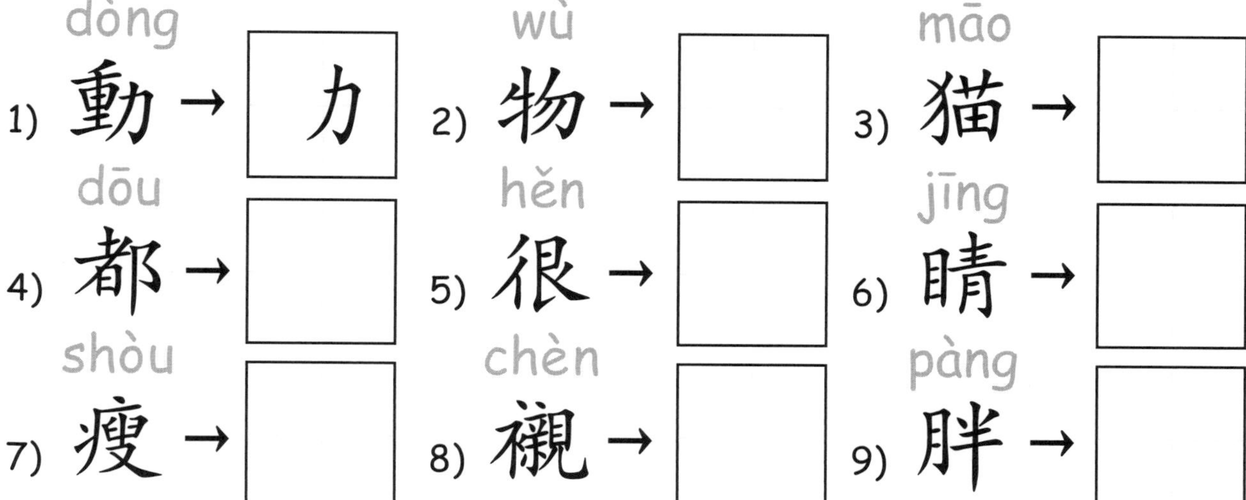

8 Tick the boxes for the animals found in the picture. Colour the animals.

☑ mǎ 馬	☐ gǒu 狗	☐ māo 猫
☐ yú 魚	☐ niǎo 鳥	☐ wū guī 烏龜
☐ lǎo hǔ 老虎	☐ shī zi 獅子	☐ dà xiàng 大象

9 Write the radicals.

1) 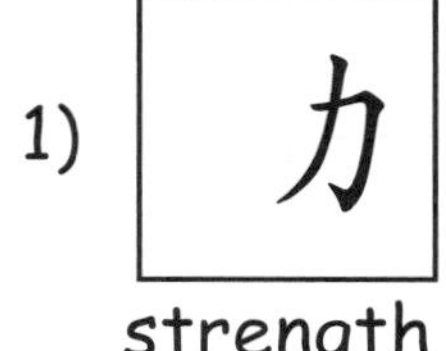

strength

2) 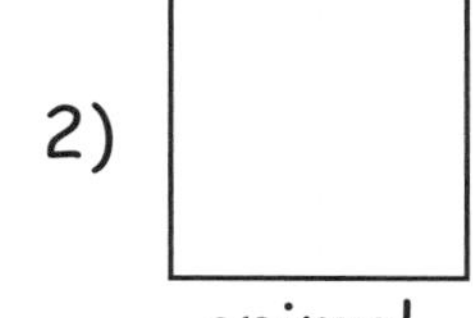
animal

3) 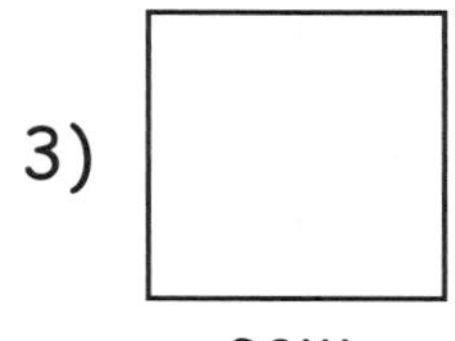
cow

4) 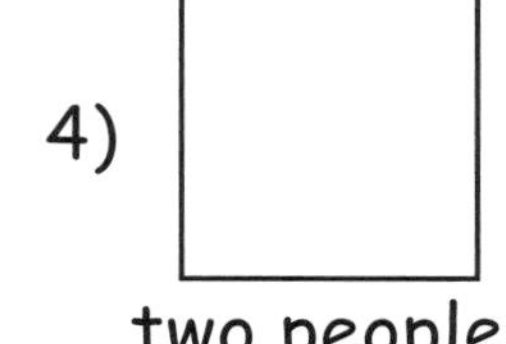
two people

5) 
illness

6) 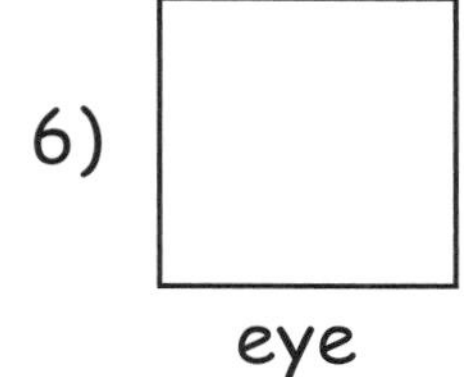
eye

7) 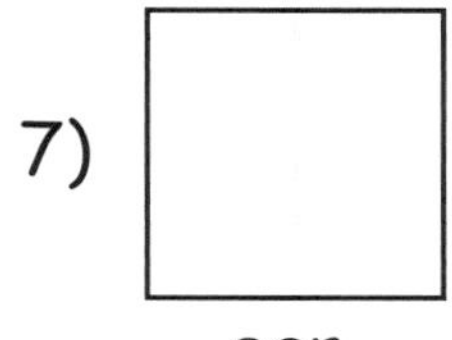
ear

8) 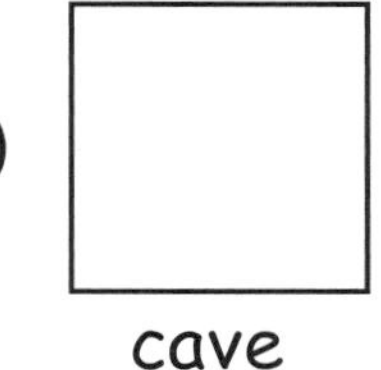
cave

10 Connect the matching characters.

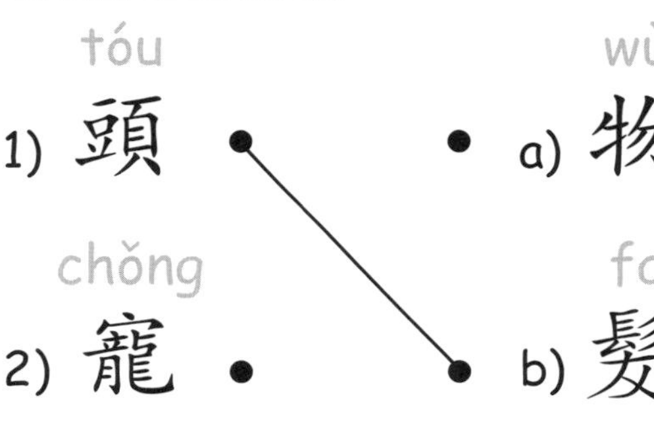

1) tóu 頭 •	• a) wù 物
2) chǒng 寵 •	• b) fa 髮
3) zuǐ 嘴 •	• c) jing 睛
4) bí 鼻 •	• d) ba 巴
5) yǎn 眼 •	• e) zi 子
6) xiào 校 •	• f) fú 服

11 Write characters from one stroke to ten strokes.

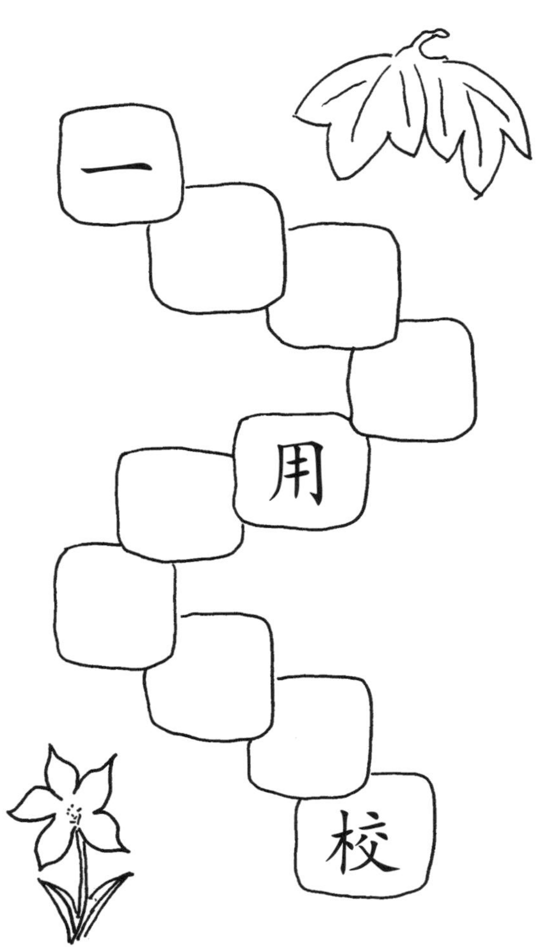

12 Read the sentences, draw pictures and colour them.

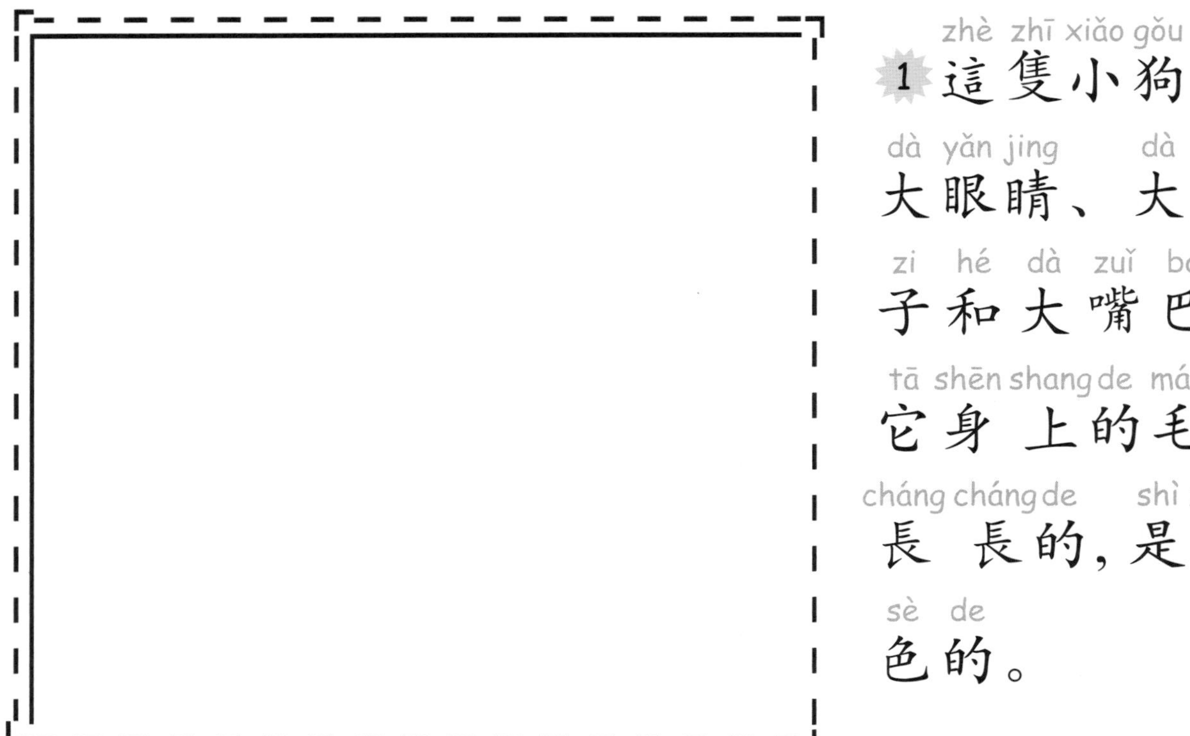

1 這隻小狗有大眼睛、大鼻子和大嘴巴。它身上的毛長長的，是棕色的。

zhè zhī xiǎo gǒu yǒu dà yǎn jing dà bí zi hé dà zuǐ ba. tā shēn shang de máo cháng cháng de, shì zōng sè de.

2 這隻猫很小，也很瘦。它有圓圓的眼睛、小小的鼻子和嘴巴。這隻猫是灰色的。

zhè zhī māo hěn xiǎo, yě hěn shòu. tā yǒu yuán yuán de yǎn jing, xiǎo xiǎo de bí zi hé zuǐ ba. zhè zhī māo shì huī sè de.

13 Trace the characters.

丿 二 千 needs						
丿 二 千 亍 白 台 亘 重 重 動 動						
dòng move	動	動	動	動	動	
丿 ⺈ 牛 牛 牜 牞 牞 物						
wù thing	物	物	物	物	物	
丿 彳 彳 彳 彳 彳 很 很 很						
hěn very	很	很	很	很	很	
丿 犭 犭 犭 犳 犳 狗 狗						
gǒu dog	狗	狗	狗	狗	狗	
丿 犭 犭 犭 犭 犭 犭 猫 猫 猫 猫						
māo cat	猫	猫	猫	猫	猫	
一 厂 厂 F F 馬 馬 馬 馬 馬						
mǎ horse	馬	馬	馬	馬	馬	

lǐ inside	裏
yǎng raise; keep	養
chǒng indulge	寵
le particle	了
tiáo measure word	條
yú fish	魚

14 **Colour the animals and write a few sentences about them.**

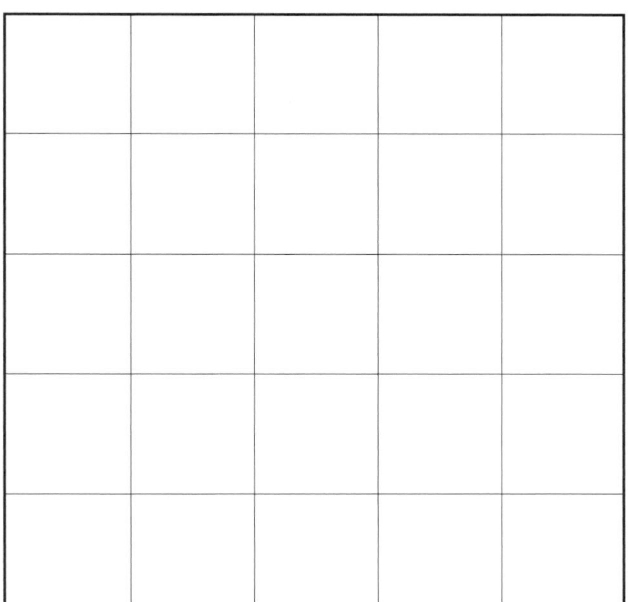

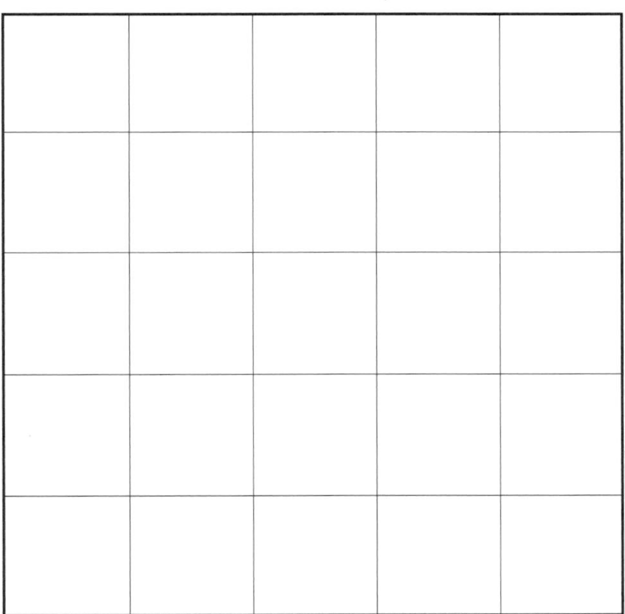

15 **Fill in the missing numbers.**

二			五		七		

dì shí èr kè
第十二課

1 Trace the phonetic symbols.

ao	ao	ao	ao	ao	ao	
ou	ou	ou	ou	ou	ou	
iu	iu	iu	iu	iu	iu	

2 Trace the radicals.

ㄥ 𠃋 𠂆 毋 母						
mother	母	母	母	母	母	

3 Colour the following pictures.

① 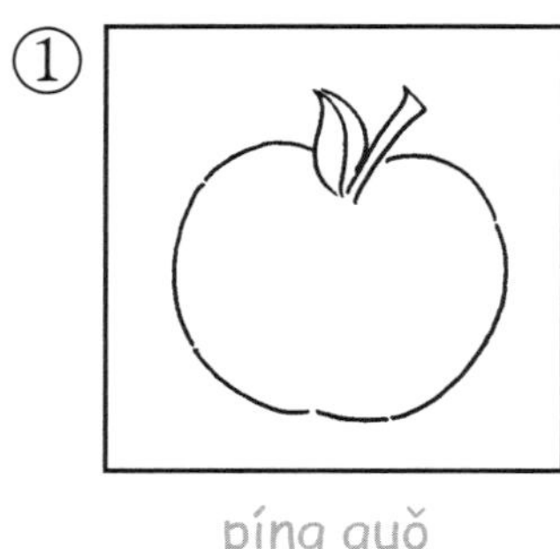

píng guǒ
蘋果

② 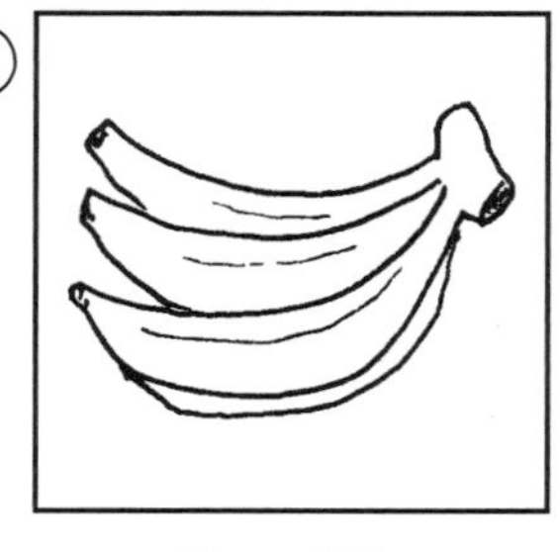

xiāng jiāo
香蕉

③ 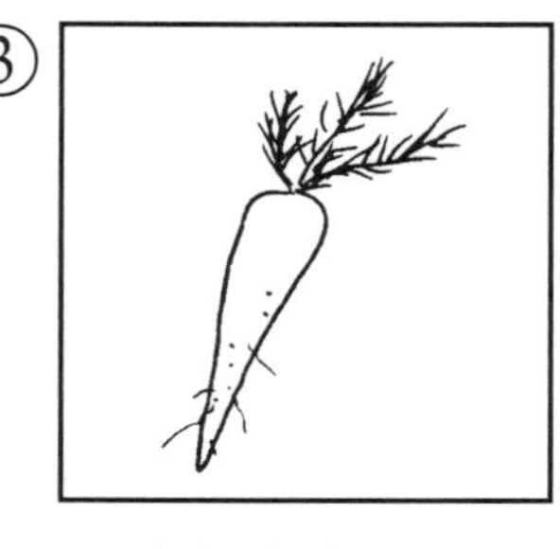

hú luó bo
胡蘿蔔

④ 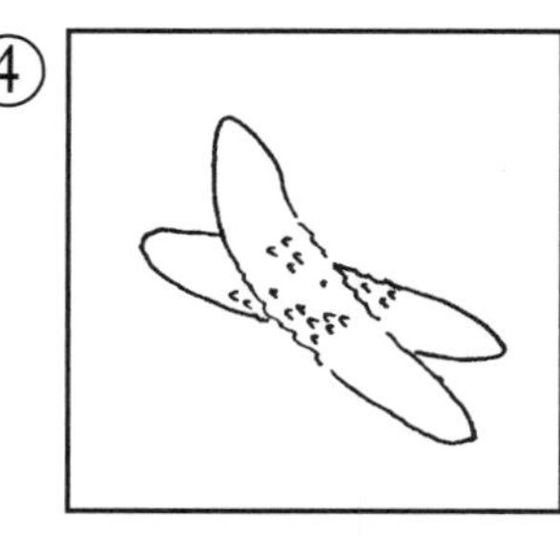

huáng gua
黃瓜

4 Look, read and match. Write thee numbers.

①  ②  ③  ④  ⑤

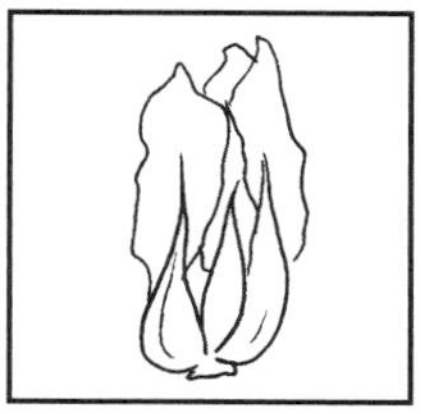

⑥  ⑦  ⑧  ⑨ 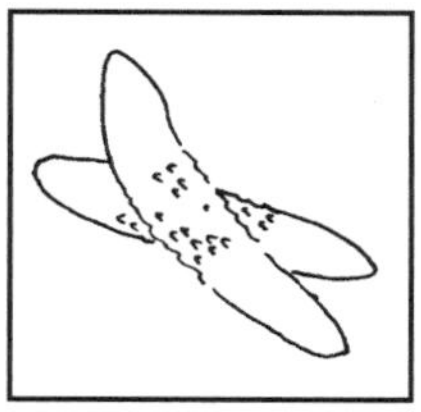 ⑩

6	a) píng guǒ 蘋果
	b) xiāng jiāo 香蕉
	c) bái cài 白菜
	d) hú luó bo 胡蘿蔔
	e) huáng gua 黄瓜
	f) tǔ dòu 土豆
	g) cǎo méi 草莓
	h) xī hóng shì 西紅柿
	i) xī guā 西瓜
	j) pú tao 葡萄

5 Circle the phrases that belong to the same category.

1) shū cài 蔬菜 : a) bái cài 白菜 b) tǔ dòu 土豆 c) xī hóng shì 西紅柿 d) huáng gua 黄瓜 e) xī guā 西瓜

2) shuǐ guǒ 水果 : a) píng guǒ 蘋果 b) qīng cài 青菜 c) cǎo méi 草莓 d) xiāng jiāo 香蕉 e) pú tao 葡萄

3) jiā rén 家人 : a) bà ba 爸爸 b) gē ge 哥哥 c) zuǐ ba 嘴巴 d) mèi mei 妹妹 e) yǎn jing 眼睛

6 Fill in the blanks with fruit and vegetables from the top box. Write the letters.

a) 白菜 (bái cài)	b) 青菜 (qīng cài)	c) 土豆 (tǔ dòu)	d) 黃瓜 (huáng gua)	e) 胡蘿蔔 (hú luó bo)
f) 蘋果 (píng guǒ)	g) 香蕉 (xiāng jiāo)	h) 草莓 (cǎo méi)	i) 西瓜 (xī guā)	j) 西紅柿 (xī hóng shì)

1) 爸爸喜歡吃：b (bà ba xǐ huan chī)	他每天吃：(tā měi tiān chī)
爸爸不喜歡吃：(bà ba bù xǐ huan chī)	
2) 媽媽喜歡吃：(mā ma xǐ huan chī)	她每天吃：(tā měi tiān chī)
媽媽不喜歡吃：(mā ma bù xǐ huan chī)	
3) 我喜歡吃：(wǒ xǐ huan chī)	我每天吃：(wǒ měi tiān chī)
我不喜歡吃：(wǒ bù xǐ huan chī)	

7 Fill in the missing numbers.

九		十一		十三

8 Draw pictures as required and colour them.

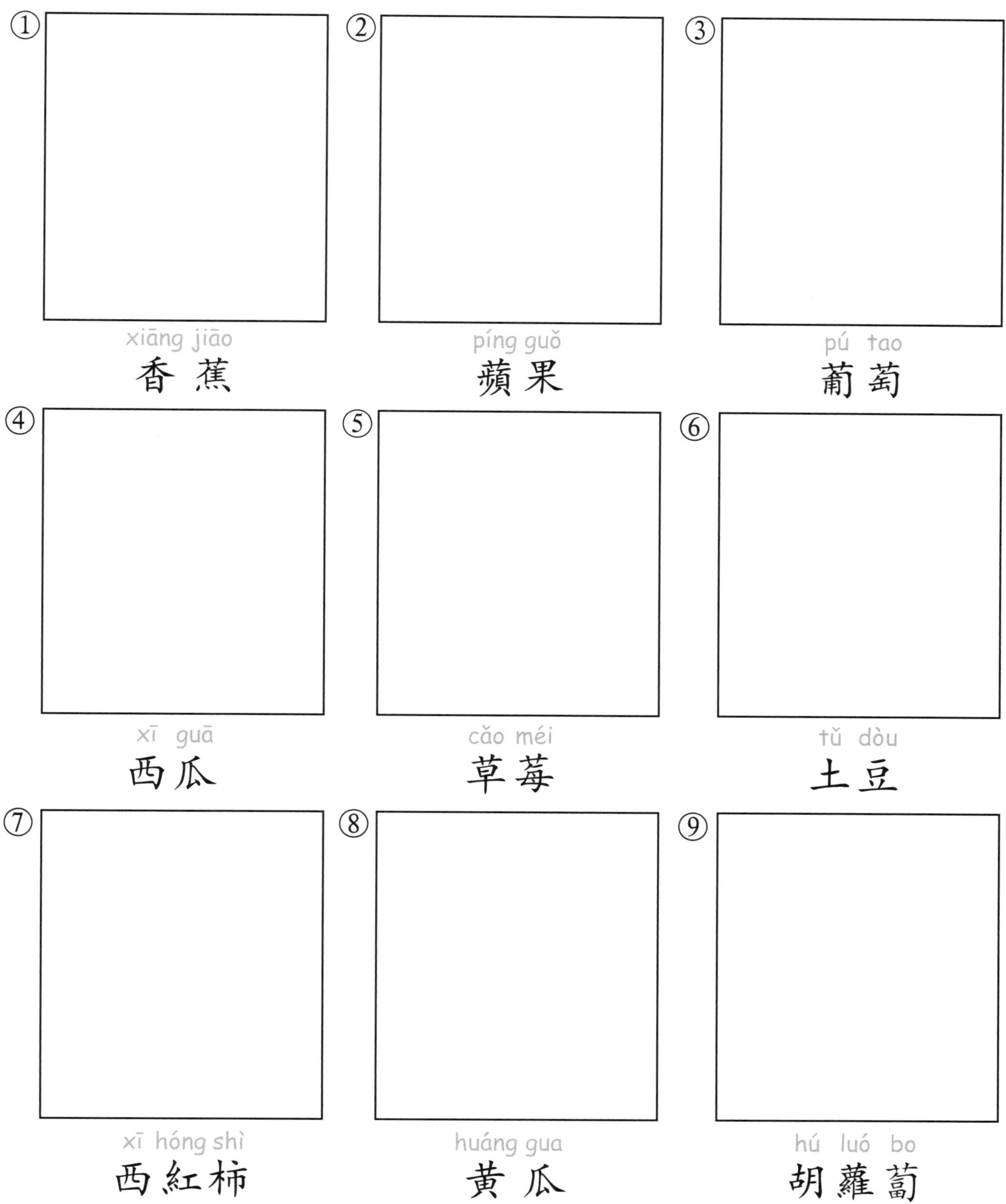

9 Trace the strokes as required.

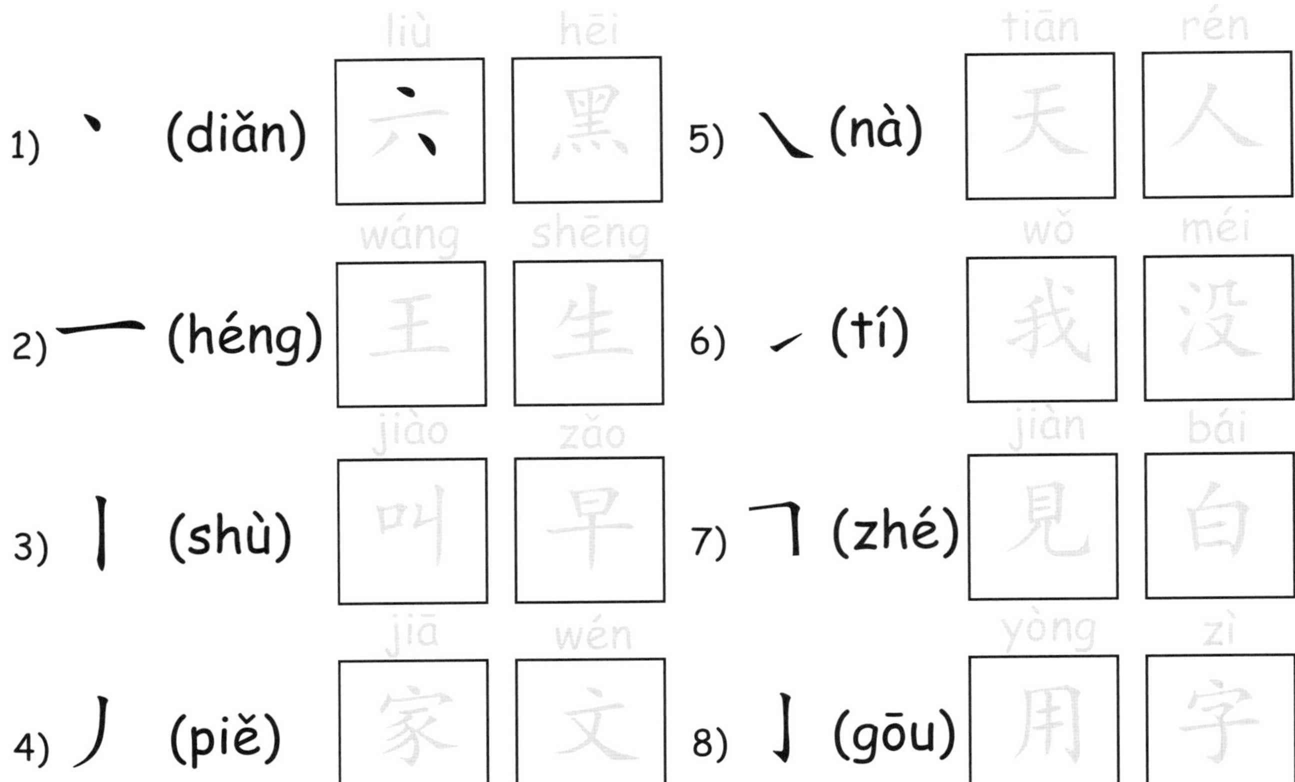

10 Circle the phrases as required.

měi 每	tiān 天	píng 蘋	xiāng 香	dà 大
chèn 襯	shuǐ 水	guǒ 果	jiāo 蕉	bái 白
shān 衫	yǎn 眼	jing 睛	shū 蔬	cài 菜
dòng 動	huáng 黄	xī 西	hóng 紅	shì 柿
wù 物	gua 瓜	hú 胡	luó 蘿	bo 蔔

1) every day ✓
2) apple
3) banana
4) fruit
5) vegetables
6) cucumber
7) carrot
8) tomato

11 Count the strokes of each character.

1)	měi 每	7	2)	guǒ 果	______	3)	chī 吃	______
4)	xiāng 香	______	5)	cài 菜	______	6)	guā 瓜	______

12 Trace the characters.

丿 𠂉 𠂉 `𠂉` 每 (stroke order)						
měi every	每	每	每	每	每	
丨 𠃍 口 口丿 口𠂉 吃 (stroke order)						
chī eat	吃	吃	吃	吃	吃	
亅 刁 水 水 (stroke order)						
shuǐ water	水	水	水	水	水	
丨 冂 日 旦 甲 果 (stroke order)						
guǒ fruit	果	果	果	果	果	

Pinyin	Meaning	Character
píng	apple	蘋
xiāng	fragrant	香
jiāo	broadleaf plants	蕉
shū	vegetables	蔬
cài	vegetable; dish	菜
hú	not native	胡

丶 亠 艹 艹 艹 苎 苎 苎 苎 芦 萝 萝 萝 萝 萝 萝 蘿 蘿 蘿 蘿 蘿 蘿 蘿						
luó a trailing plant	蘿	蘿	蘿	蘿	蘿	
丶 亠 艹 艹 艹 芍 芍 芍 茍 茍 茍 蔔 蔔 蔔 蔔						
bo	蔔	蔔	蔔	蔔	蔔	
一 厂 𠂆 瓜 瓜						
guā melon	瓜	瓜	瓜	瓜	瓜	

13 Read the sentences and draw pictures.

1. wǒ bà ba xǐ huan chī tǔ dòu huáng gua hé xī hóng shì
我爸爸喜歡吃土豆、黄瓜和西紅柿。

2. wǒ mā ma xǐ huan chī píng guǒ xiāng jiāo hé xī guā
我媽媽喜歡吃蘋果、香蕉和西瓜。

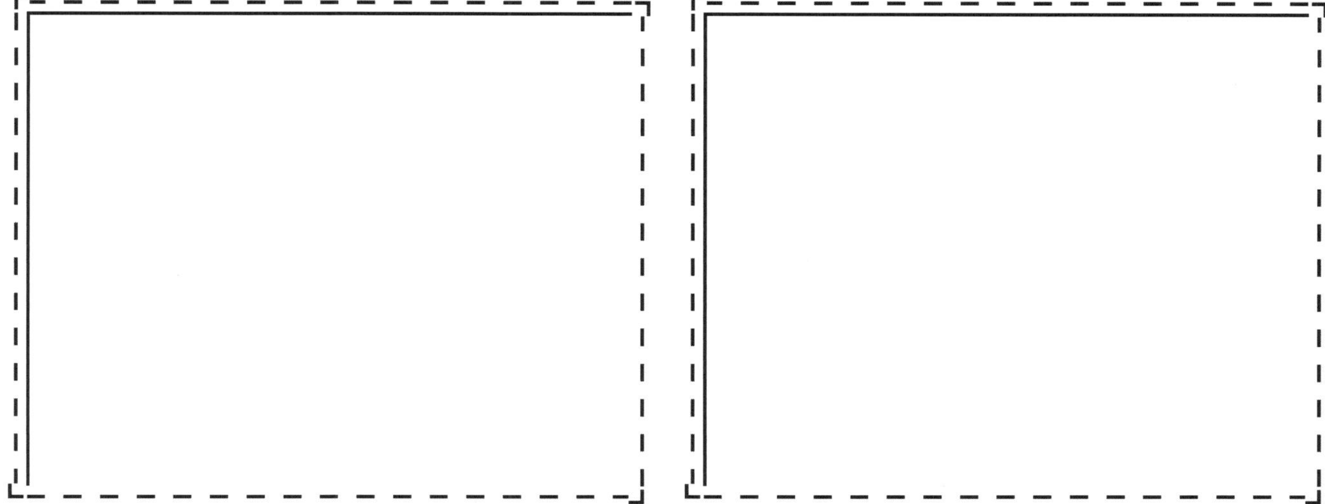

dì shí sān kè

第十三課

1 Trace the phonetic symbols.

ie	ie	ie	ie	ie	ie	
ue	ue	ue	ue	ue	ue	
er	er	er	er	er	er	

2 Trace the radicals.

丶 丷 忄						
feeling	忄	忄	忄	忄	忄	
一 ⺁ ... ⻗						
rain	⻗	⻗	⻗	⻗	⻗	
丶 丷 ⺌ ... 米						
rice	米	米	米	米	米	

3 Circle the food and drinks words.

yǎn jing 眼睛	kě lè 可樂	huáng gua 黃瓜	guǒ zhī 果汁	hàn bǎo bāo 漢堡包
píng guǒ 蘋果	chèn shān 襯衫	xiāng jiāo 香蕉	qún zi 裙子	hú luó bo 胡蘿蔔
rè gǒu 熱狗	xī guā 西瓜	bí zi 鼻子	táng guǒ 糖果	cháng tóu fa 長頭髮

4 Read and match.

1) 人 — a) rén
2) 文 — b) bù
3) 不 — c) wén
4) 白 — d) xiǎo
5) 小 — e) zǐ
6) 子 — f) bái

5 Write the radicals.

1) kuài 快 → 忄
2) rè 熱 →
3) hàn 漢 →
4) hē 喝 →
5) líng 零 →
6) táng 糖 →

6 Draw pictures as required and colour them.

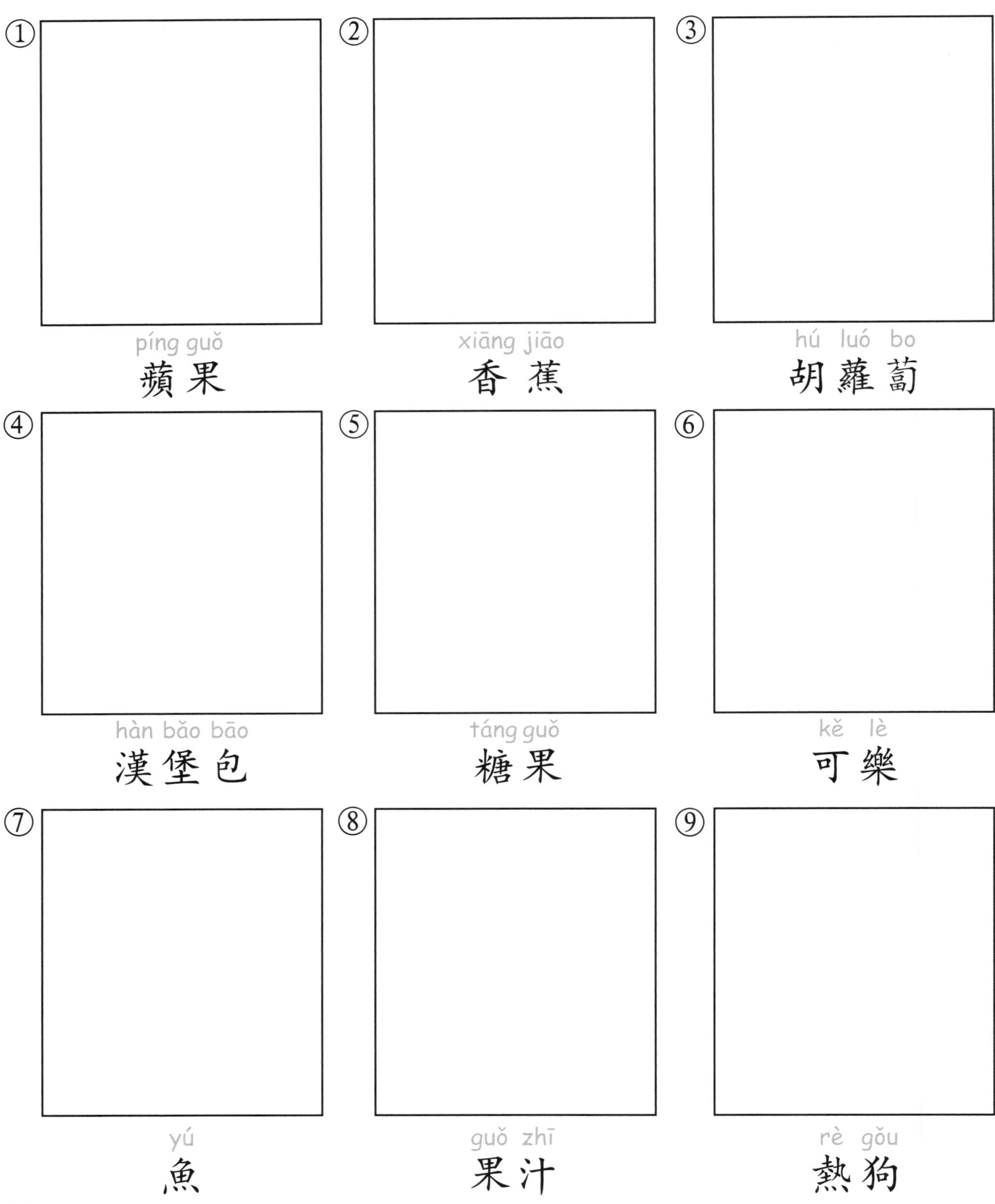

7 Connect the matching characters.

1)	kuài 快	a)	gǒu 狗
2)	rè 熱	b)	lè 樂
3)	kě 可	c)	cān 餐
4)	guǒ 果	d)	shí 食
5)	líng 零	e)	zhī 汁
6)	táng 糖	f)	guǒ 果

8 Circle the correct characters.

1)	kě	可	喝
2)	zhī	子	汁
3)	cān	餐	三
4)	lè	樂	了
5)	mā	馬	媽
6)	rè	熱	個

9 Circle the phrases as required.

rè 熱	gǒu 狗	shuǐ 水	táng 糖	kě 可
shū 蔬	píng 蘋	guǒ 果	zhī 汁	lè 樂
shēng 生	cài 菜	hàn 漢	bǎo 堡	bāo 包

1) hot dog ✓
2) hamburger
3) coke
4) juice
5) fruit
6) apple
7) sweets
8) vegetables
9) lettuce

10 Answer the questions in picture form.

nǐ jiā yǒu jǐ kǒu rén
1) 你家有幾口人?

nǐ xǐ huan yǎng shén me chǒng wù
2) 你喜歡養什麼寵物?

nǐ xǐ huan chī shén me shuǐ guǒ
3) 你喜歡吃什麼水果?

nǐ xǐ huan chī shén me shū cài
4) 你喜歡吃什麼蔬菜?

nǐ xǐ huan hē shén me
5) 你喜歡喝什麼?

nǐ xǐ huan chī shén me líng shí
6) 你喜歡吃什麼零食?

11 Choose the correct colour(s) for each of the following. Write the letters.

a) hóng sè 紅色	b) huáng sè 黃色	c) lán sè 藍色	d) bái sè 白色
e) hēi sè 黑色	f) zǐ sè 紫色	g) chéng sè 橙色	h) lǜ sè 绿色
i) zōng sè 棕色	j) huī sè 灰色	k) fěn hóng sè 粉紅色	

1) xī guā 西瓜 h, a, e, b 2) huáng gua 黃瓜 ______ 3) píng guǒ 蘋果 ______

4) xiāng jiāo 香蕉 ______ 5) tǔ dòu 土豆 ______ 6) gǒu 狗 ______

7) māo 猫 ______ 8) yú 魚 ______ 9) tóu fa 頭髮 ______

12 Make up phrases. You may write pinyin if you cannot write characters.

1) 糖果

2) 生

3) 物

13 Find the opposite words. Write the letters if you cannot write characters.

a) 小 xiǎo　b) 女 nǚ　c) 短 duǎn　d) 白 bái

1) 大 dà → a　2) 黑 hēi → ____　3) 長 cháng → ____　4) 男 nán → ____

14 Write your home telephone number in Chinese.

15 Circle the correct characters.

wǒ jiā yǒu wǔ kǒu
1) 我家有五口（人／大）。

dì di xǐ huan hē guǒ
2) 弟弟喜歡喝果（什／汁）。

wǒ mā ma bù xǐ huan chī líng
3) 我媽媽不喜歡吃零（餐／食）。

jiě jie xǐ huan chuān cháng
4) 姐姐喜歡穿長（襯／裙）。

bà ba měi tiān yí ge píng guǒ
5) 爸爸每天（喝／吃）一個蘋果。

16 Trace the characters.

丶 丷 忄 忄 忄 怏 快						
kuài quick; fast	快	快	快	快	快	
丶 ⺊ ... 餐						
cān food; meal	餐	餐	餐	餐	餐	
一 十 土 ... 埶 ... 熱						
rè hot	熱	熱	熱	熱	熱	
丶 冫 氵 ... 漢 漢						
hàn the Han nationality	漢	漢	漢	漢	漢	
丿 亻 ... 保 保 ... 堡						
bǎo castle	堡	堡	堡	堡	堡	
丿 勹 ... 包						
bāo bag	包	包	包	包	包	

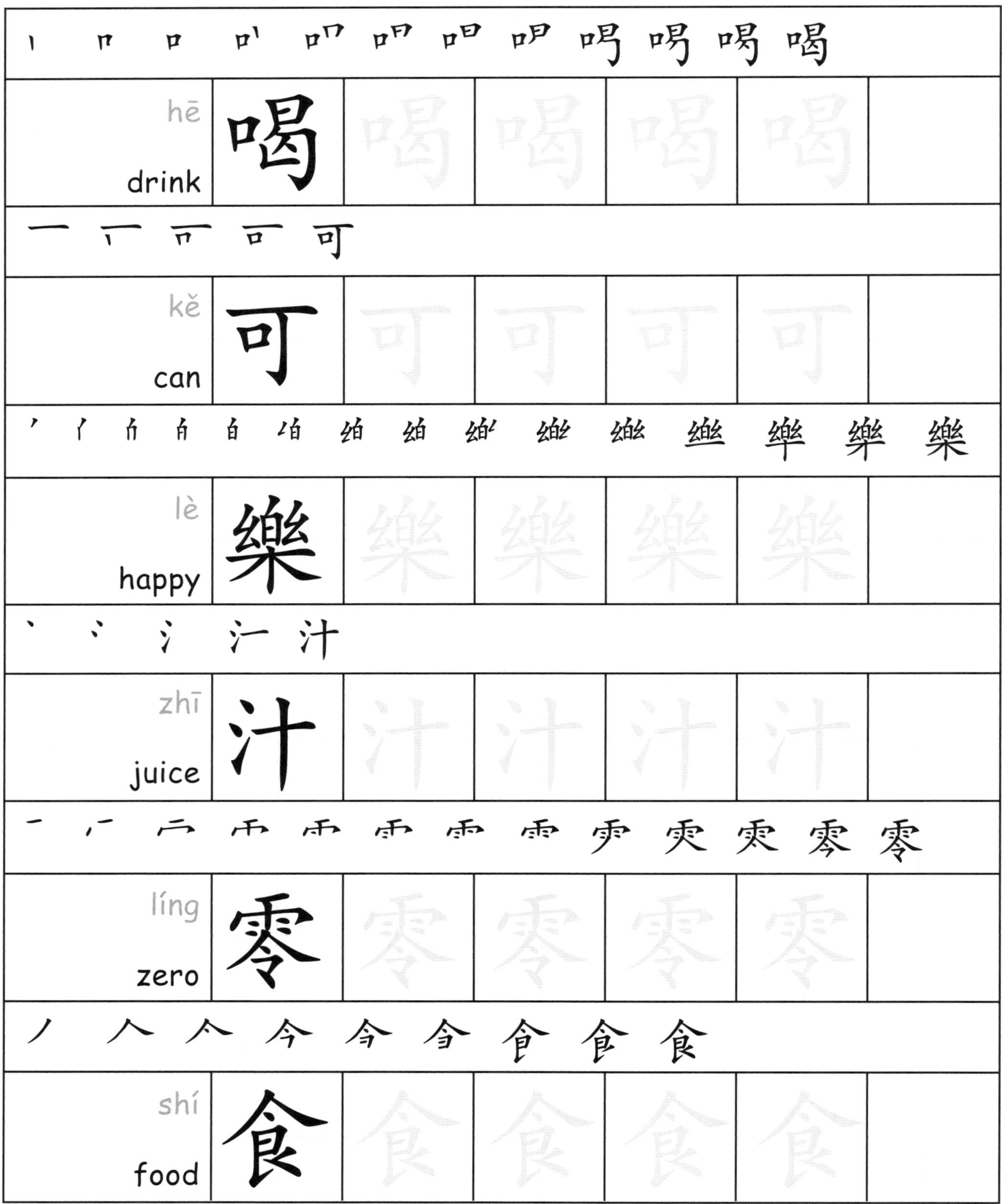
喝 hē drink
可 kě can
樂 lè happy
汁 zhī juice
零 líng zero
食 shí food

丶 丷 丷 半 米 米 米 米 米 籵 粐 粐 粧 粧 糖 糖

táng sugar; sweets	糖					

17 Rearrange the word order and make sentences. You may write pinyin if you cannot write characters.

1) 吃 (chī) 猫 (māo) 魚 (yú) 喜歡 (xǐ huan)。→

猫喜歡吃魚。

2) 每天 (měi tiān) 糖果 (táng guǒ) 弟弟 (dì di) 吃 (chī)。→

弟弟

3) 王天一 (wáng tiān yī) 狗 (gǒu) 猫 (māo) 和 (hé) 養了 (yǎng le)。→

王天一

4) 不 (bù) 快餐 (kuài cān) 媽媽 (mā ma) 吃 (chī) 喜歡 (xǐ huan)。→

媽媽

dì shí sì kè

第十四課

1 Trace the phonetic symbols.

un	un	un	un	un	un	
ün	ün	ün	ün	ün	ün	

2 Trace the radicals.

丿 𠂉 𠂉 𠆢 ... 金						
metal	金	金	金	金	金	
⺮ (stroke order)						
bamboo	⺮	⺮	⺮	⺮	⺮	
丨 冂 冂 罒 皿						
utensil	皿	皿	皿	皿	皿	

丶 口 口 中 虫 虫						
insect	虫	虫	虫	虫	虫	
ㄱ コ 尸						
dead body	尸	尸	尸	尸	尸	

3 Draw a school bag with the things mentioned in the box.

a) 書包 (shū bāo)

b) 本子 (běn zi)

c) 文具盒 (wén jù hé)

d) 鉛筆 (qiān bǐ)

e) 蠟筆 (là bǐ)

f) 尺子 (chǐ zi)

g) 橡皮 (xiàng pí)

4 Find the routes. Colour the routes with different colours.

Route 1: stationery ↓　　Route 2: food ↓

shū bāo 書包	rè gǒu 熱狗	xiāng jiāo 香蕉	dòng wù 動物
qiān bǐ 鉛筆	chǐ zi 尺子	píng guǒ 蘋果	huáng gua 黄瓜
chǒngwù 寵物	xiàng pí 橡皮	là bǐ 蠟筆	xī guā 西瓜
bí zi 鼻子	xiǎo mǎ 小馬	běn zi 本子	bái cài 白菜

↓ Route 1　　↓ Route 2

Route 1: hóng sè 紅色

Route 2: huáng sè 黄色

5 Answer the question in picture form.

nǐ shū bāo li 你書包裏 yǒu shén me 有什麼？

6 Look, read and match. Colour the pictures.

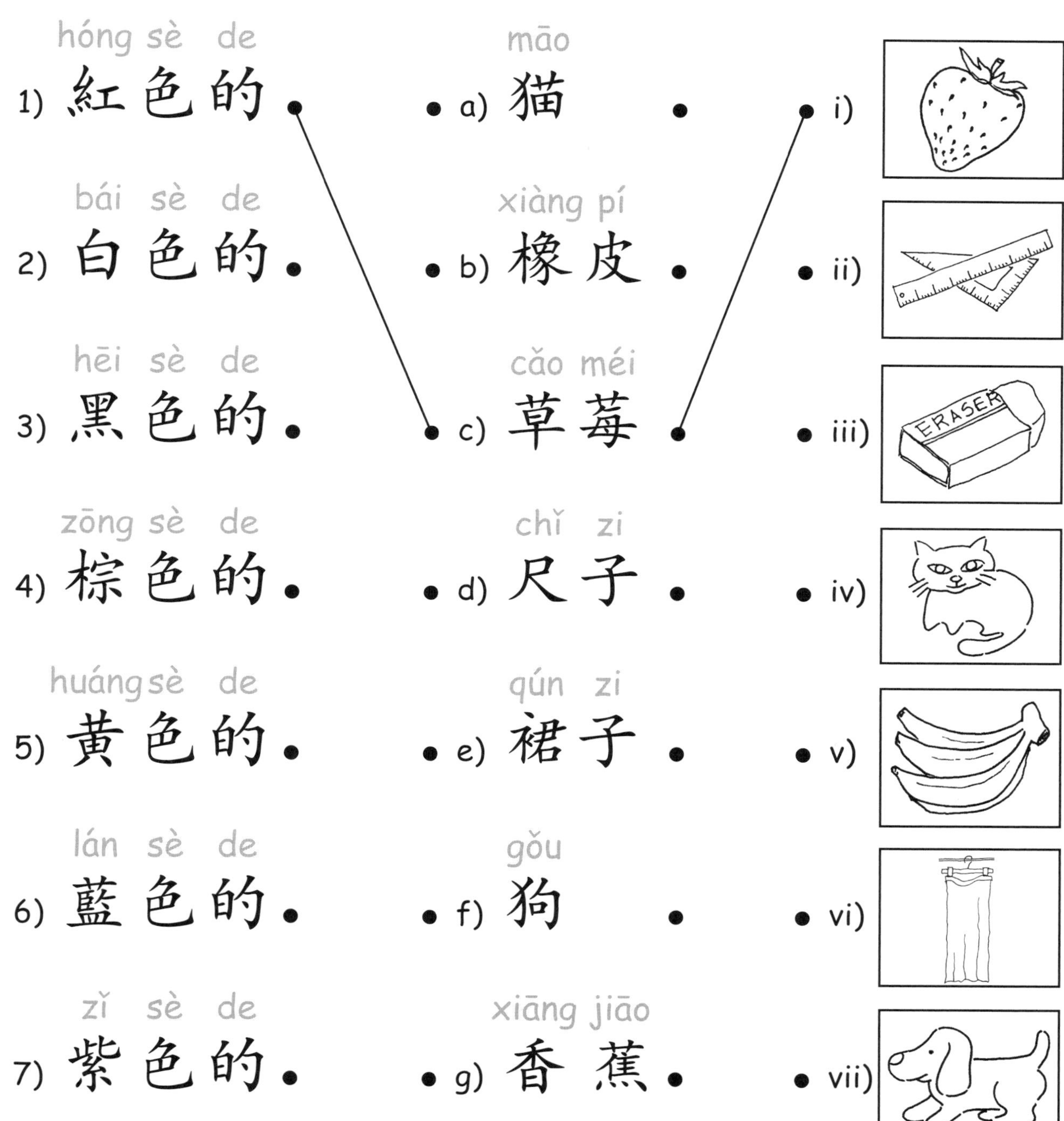

7 Tick the stationery words.

xiàng pí
1) 橡 皮 ✓

kě lè
2) 可樂

chǐ zi
3) 尺子

běn zi
4) 本子

shū bāo
5) 書 包

8 Tick the food words.

píng guǒ
1) 蘋 果

wén jù hé
2) 文具盒

là bǐ
3) 蠟筆

xiāng jiāo
4) 香 蕉

rè gǒu
5) 熱狗

9 Circle the words as required.

shū 書	bāo 包	kù 褲	běn 本	chǐ 尺
wén 文	là 蠟	qún 裙	zi 子	kuài 快
jù 具	xiàng 橡	shuǐ 水	guǒ 果	cān 餐
hé 盒	pí 皮	zhī 汁	líng 零	shí 食

1) school bag ✓

2) pencil case

3) snack

4) eraser

5) ruler

6) fruit

7) fast food

10 Match words to form sentences.

wǒ jiā yǒu 1) 我家有	——	sì kǒu rén a) 四口人
wǒ de shū bāo li yǒu 2) 我的書包裏有		hú luó bo b) 胡蘿蔔
dì di xǐ huan hē 3) 弟弟喜歡喝		qiān bǐ hé xiàng pí c) 鉛筆和橡皮
mā ma měi tiān chī 4) 媽媽每天吃		kě lè d) 可樂
gē ge xǐ huan yǎng 5) 哥哥喜歡養		gǒu hé māo e) 狗和猫

11 Draw pictures as required.

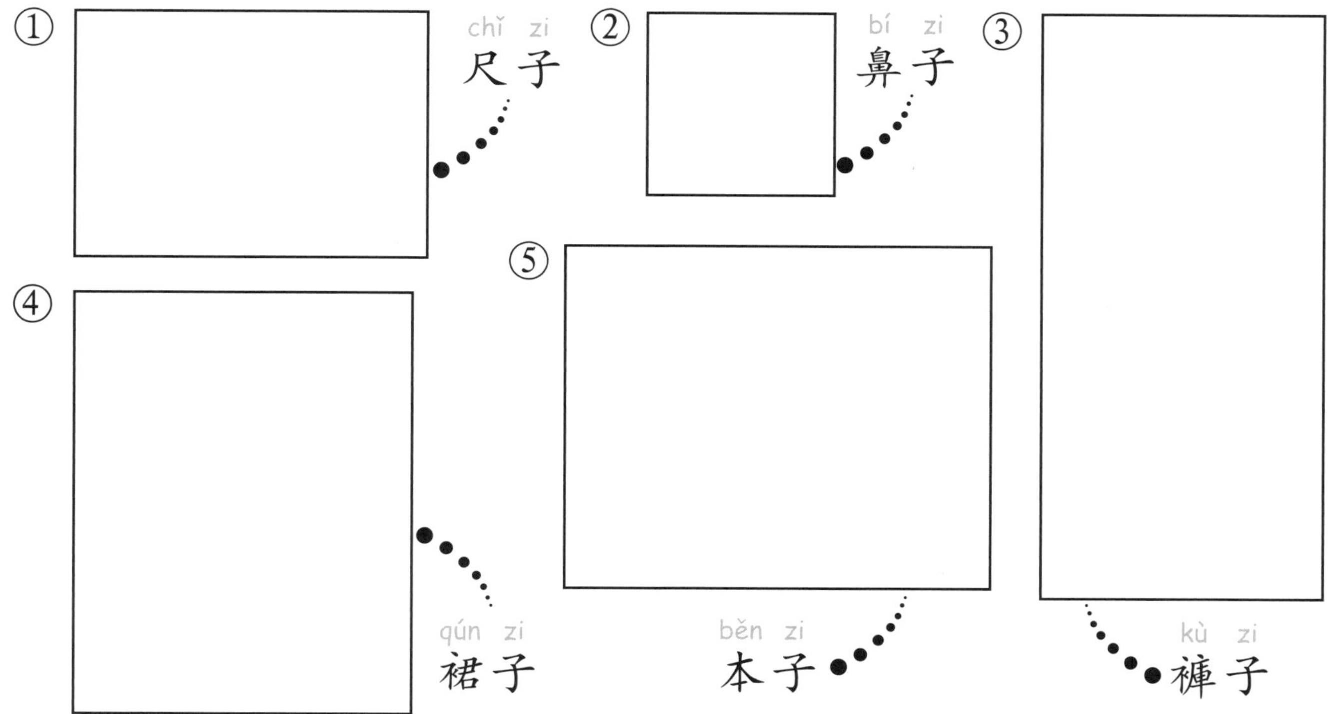

12 Trace the characters.

㇕ ⺕ 彐 肀 聿 聿 聿 書 書 書					
shū book	書	書	書	書	書
一 十 才 木 本					
běn book	本	本	本	本	本
丨 冂 冃 月 目 且 具 具					
jù tool	具	具	具	具	具
丿 人 亼 今 合 合 合 盒 盒 盒 盒					
hé box; case	盒	盒	盒	盒	盒
丿 𠂉 𠂉 亼 全 全 余 金 釒 鈆 鈆 鉛 鉛					
qiān lead	鉛	鉛	鉛	鉛	鉛
丿 𠂉 𠂉 ⺮ ⺮ ⺮ 笁 笔 筆 筆 筆 筆					
bǐ pen	筆	筆	筆	筆	筆

丶 ㄇ 口 中 虫 虫 虫' 虫'' 虫''' 虫''' 蚧 蛸 蝋 蝋 蠟 蠟 蠟 蠟 蠟 蠟 蠟

là wax	蠟	蠟	蠟	蠟	蠟	

㇇ ㇕ 尸 尺

chǐ ruler	尺	尺	尺	尺	尺	

丶 ㇖ 罒 罒 罒 罒 罒 睘 睘 睘 睘 睘 睘 還 還 還

hái also	還	還	還	還	還	

一 十 才 木 木 木 木 杓 枸 梌 梌 槮 橡 橡 橡

xiàng rubber tree	橡	橡	橡	橡	橡	

㇖ 厂 广 皮 皮

pí leather	皮	皮	皮	皮	皮	

13 Write the missing characters to make phrases.

1) 鉛 (qiān) 筆 ______
2) 尺 (chǐ) ______
3) 橡 (xiàng) ______
4) 書 (shū) ______
5) ______ 樂 (lè)
6) 糖 (táng) ______
7) 熱 (rè) ______
8) 黃 (huáng) ______

dì shí wǔ kè

第十五課

1 Trace the phonetic symbols.

an	an	an	an	an	an	
en	en	en	en	en	en	
in	in	in	in	in	in	

2 Trace the radicals.

丨 ㄕ 尸 ⺆ 門 門 門 門						
door	門	門	門	門	門	
丶 ㇇ 彐 户						
household	户	户	户	户	户	
一 厂						
cliff	厂	厂	厂	厂	厂	

3 Add the phonetic symbols with correct tones.

an　en　in

1) nín 您	2) ji 見	3) c 餐	4) sh 什	5) ti 天
6) r 人	7) w 文	8) hu 歡	9) y 顏	10) l 藍
11) ch 襯	12) sh 衫	13) h 很	14) y 眼	15) qi 鉛

4 Label the rooms with the matching letters.

wò shì
ⓐ 卧室

kè tīng
ⓑ 客廳

yù shì
ⓒ 浴室

chú fáng
ⓓ 廚房

shū fáng
ⓔ 書房

5 Tick the correct words under each category.

Rooms	Stationery	Animals
wò shì 1) 卧室 ✓	chǐ zi 1) 尺子	gǒu 1) 狗
kè tīng 2) 客廳	xiàng pí 2) 橡皮	píng guǒ 2) 蘋果
líng shí 3) 零食	shū fáng 3) 書房	māo 3) 猫
yù shì 4) 浴室	là bǐ 4) 蠟筆	mǎ 4) 馬
chú fáng 5) 廚房	běn zi 5) 本子	rè gǒu 5) 熱狗

6 Count the strokes of each character.

1) liǎng 兩 8

2) wò 卧 ______

3) líng 零 ______

4) bāo 包 ______

5) fáng 房 ______

6) jiān 間 ______

7) kè 客 ______

8) yù 浴 ______

9) chú 廚 ______

7 Draw your friend's house and label the rooms with pinyin.

a)	b)	c)	d)	e)
wò shì 卧室	kè tīng 客廳	chú fáng 廚房	shū fáng 書房	yù shì 浴室

8 Circle the food words.

huáng gua 黄瓜	xiāng jiāo 香蕉	píng guǒ 蘋果	chú fáng 廚房	shū fáng 書房	kě lè 可樂
wò shì 卧室	rè gǒu 熱狗	kè tīng 客廳	hàn bǎo bāo 漢堡包	líng shí 零食	yù shì 浴室

9 Write the radicals.

1) 米 rice	2) household	3) eye	4) metal
5) utensil	6) insect	7) dead body	8) feeling

10 Look, read and match. Write the numbers.

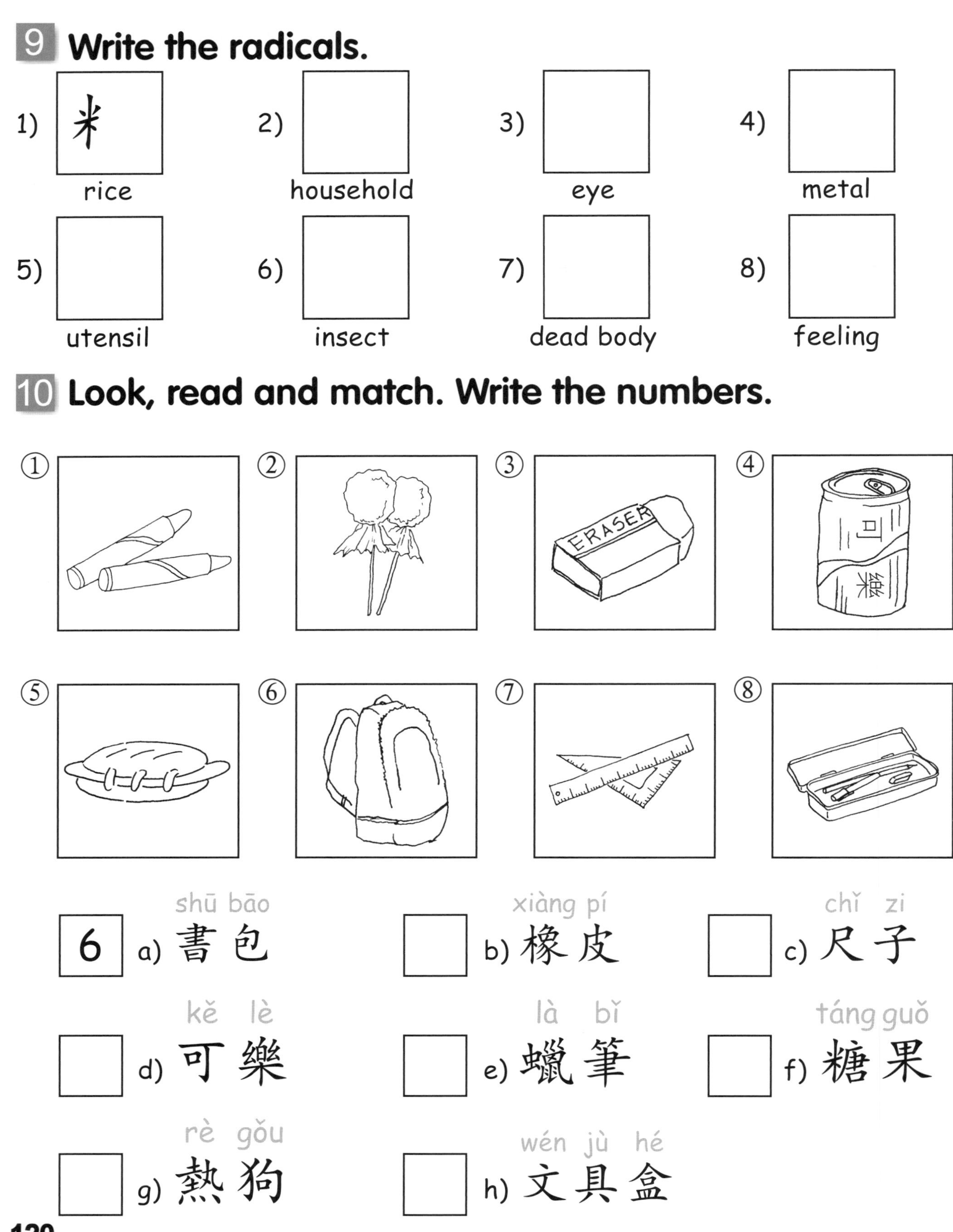

①　②　③　④

⑤　⑥　⑦　⑧

6 a) 書包 (shū bāo)

b) 橡皮 (xiàng pí)

c) 尺子 (chǐ zi)

d) 可樂 (kě lè)

e) 蠟筆 (là bǐ)

f) 糖果 (táng guǒ)

g) 熱狗 (rè gǒu)

h) 文具盒 (wén jù hé)

11 Read the sentences, draw pictures and colour them.

1
wǒ jiā yǒu sān jiān
我家有三間
wò shì hái yǒu kè
卧室，還有客
tīng yù shì chú
廳、浴室、廚
fáng shū fáng hé yáng
房、書房和陽
tái
台。

2
wǒ jiā yǒu liǎng
我家有兩
jiān wò shì hái yǒu
間卧室，還有
kè tīng yù shì
客廳、浴室、
chú fáng hé shū fáng
廚房和書房。

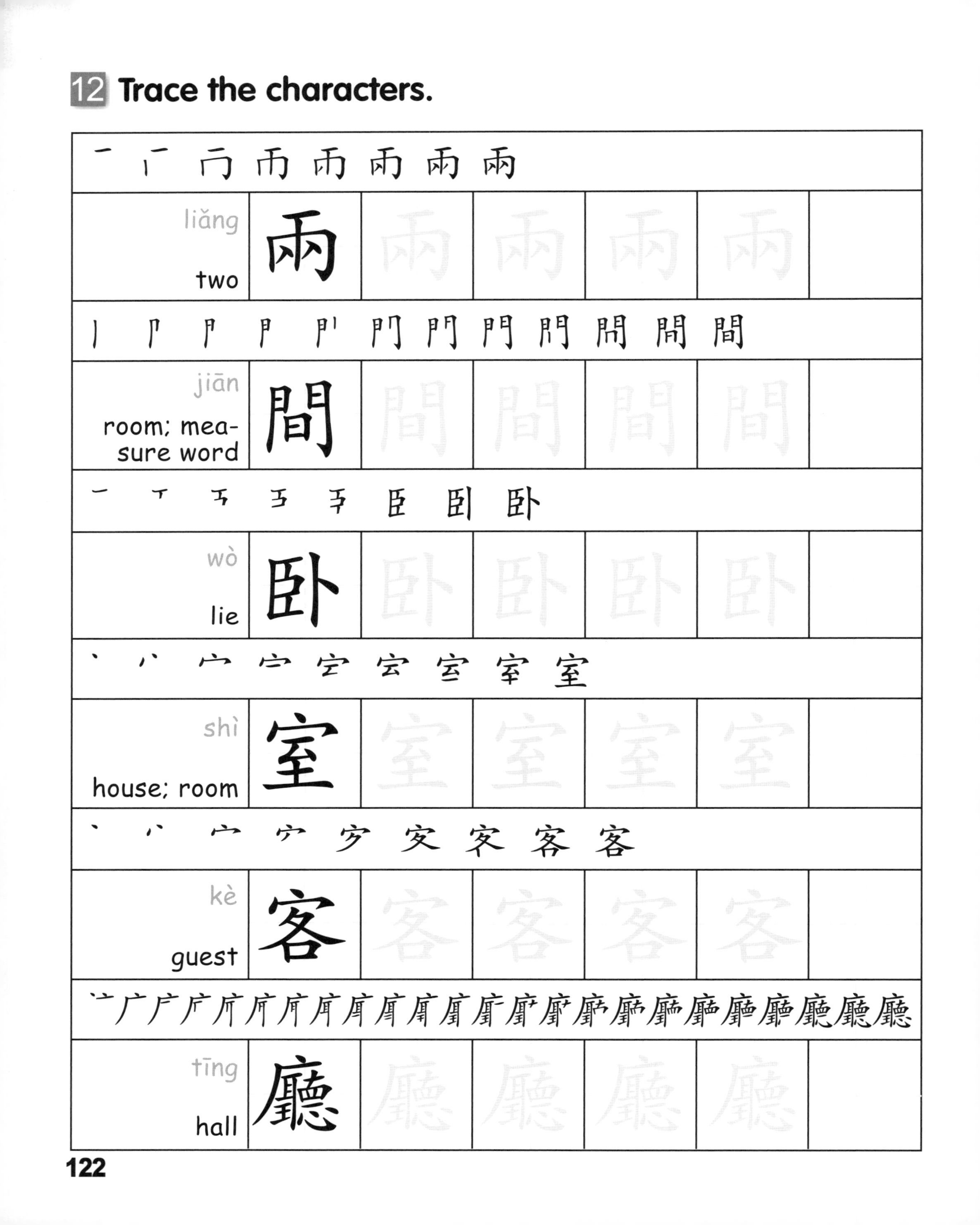

12 Trace the characters.

liǎng two	兩	兩	兩	兩	兩	
jiān room; measure word	間	間	間	間	間	
wò lie	臥	臥	臥	臥	臥	
shì house; room	室	室	室	室	室	
kè guest	客	客	客	客	客	
tīng hall	廳	廳	廳	廳	廳	

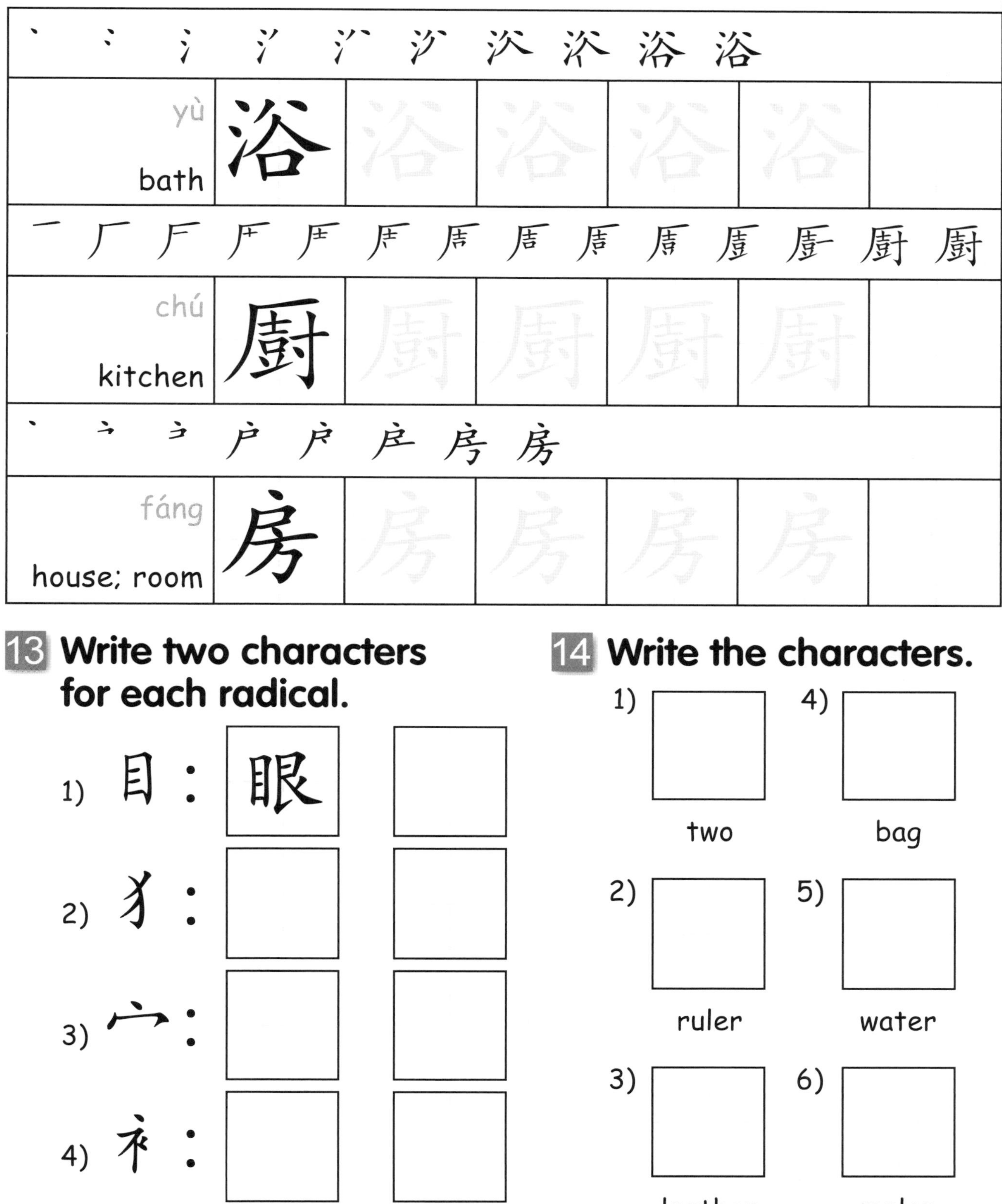

13 Write two characters for each radical.

1) 目：眼

2) 犭：

3) 宀：

4) 衤：

14 Write the characters.

1) two

2) ruler

3) leather

4) bag

5) water

6) melon

dì shí liù kè

第十六課

1 Trace the phonetic symbols.

ang	ang	ang	ang	ang	ang	
eng	eng	eng	eng	eng	eng	
ing	ing	ing	ing	ing	ing	
ong	ong	ong	ong	ong	ong	

2 Trace the radicals.

丶 亠 广						
shelter	广	广	广	广	广	
丶 ㇇ 礻 礻						
ritual	礻	礻	礻	礻	礻	

3 Add the phonetic symbols with correct tones.

ang eng ing ong

1)	2)	3)	4)	5)
yòng	ch	j	d	x
用	寵	睛	動	姓

6)	7)	8)	9)	10)
sh	ch	y	p	t
生	長	養	蘋	糖

4 Colour the phrases as required.

yī guì 衣櫃	wò shì 卧室	diàn nǎo 電腦	shū fáng 書房
kè tīng 客廳	chuáng 床	qiān bǐ 鉛筆	shū zhuō 書桌
běn zi 本子	yù shì 浴室	chǐ zi 尺子	xiàng pí 橡皮
chú fáng 廚房	là bǐ 蠟筆	yǐ zi 椅子	diàn shì jī 電視機

1) Furniture: huáng sè 黄色

2) Electrical appliances: huī sè 灰色

3) Rooms: lán sè 藍色

4) Stationery: lǜ sè 綠色

5 Draw pictures as required.

① chuáng 床

② yī guì 衣櫃

③ shū zhuō 書桌

④ yǐ zi 椅子

⑤ diàn shì jī 電視機

⑥ diàn nǎo 電腦

6 Write the radicals.

目				
eye	rain	ritual	illness	two people
clothing	field	movement	white	flesh

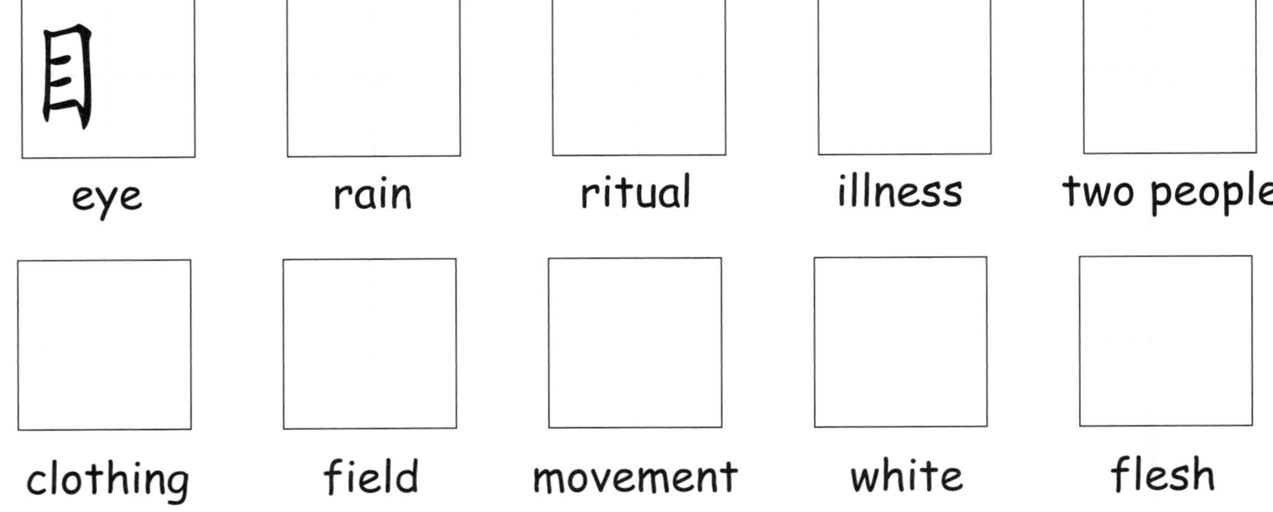

7 Circle the phrases as required.

yǐ 椅	zhuō 桌	líng 零	chǒng 寵	dòng 動
zi 子	shū 書	běn 本	shí 食	wù 物
kè 客	bāo 包	fáng 房	diàn 電	yù 浴
cān 餐	tīng 廳	nǎo 腦	shì 視	shì 室

1) chair ✓
2) table
3) school bag
4) T.V.
5) computer
6) animals
7) bathroom
8) sitting room

8 Tick the correct characters.

1) 12 strokes　yǐ 椅 (✓)　chú 廚 (　)

2) 6 strokes　shì 室 (　)　yī 衣 (　)

3) 9 strokes　bǐ 筆 (　)　kè 客 (　)

4) 10 strokes　shì 視 (　)　zhuō 桌 (　)

5) 8 strokes　fáng 房 (　)　shí 食 (　)

6) 5 strokes　měi 每 (　)　pí 皮 (　)

9 Read the sentences and draw pictures.

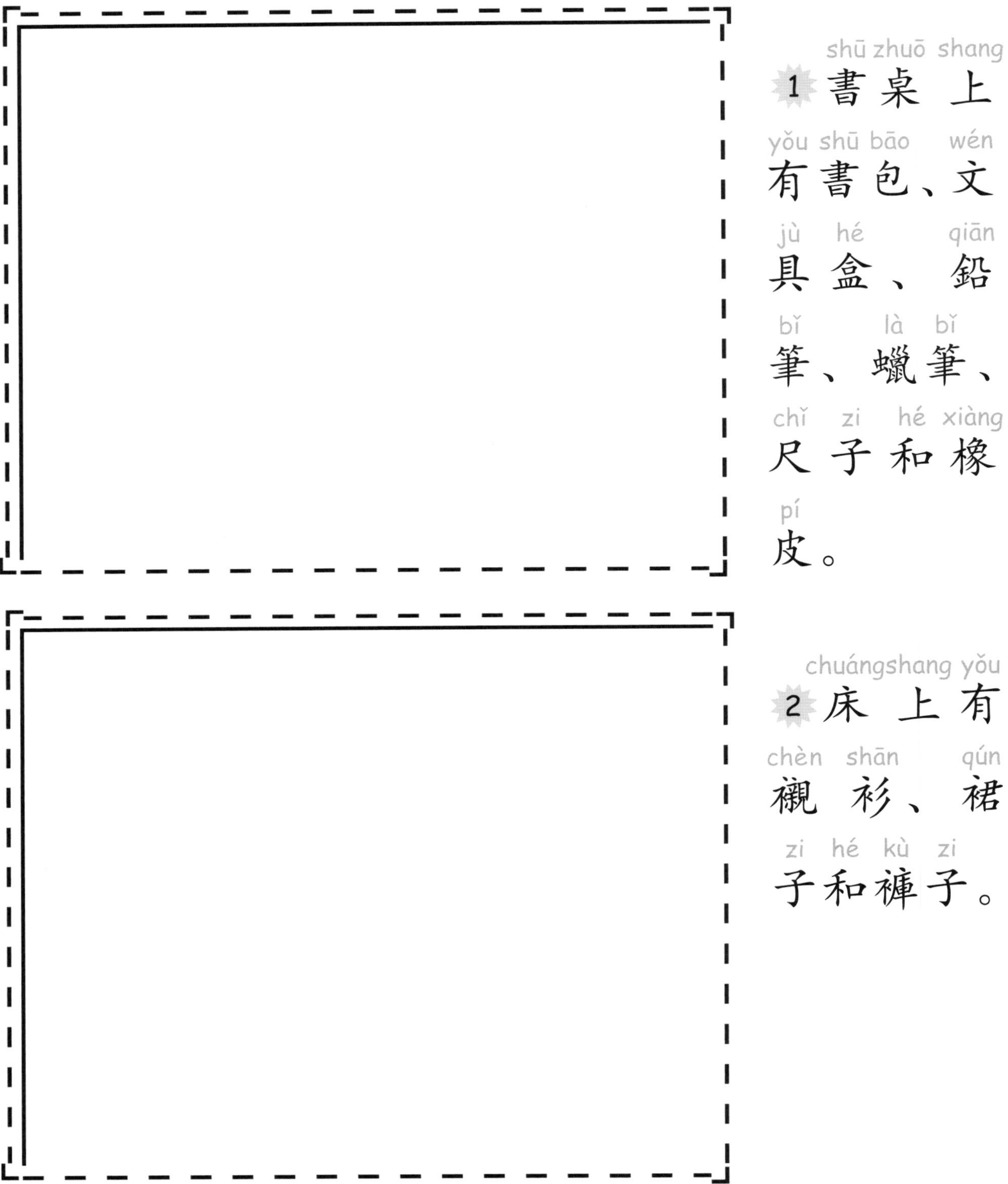

1 書桌上有書包、文具盒、鉛筆、蠟筆、尺子和橡皮。
(shū zhuō shang yǒu shū bāo、wén jù hé、qiān bǐ、là bǐ、chǐ zi hé xiàng pí。)

2 床上有襯衫、裙子和褲子。
(chuángshang yǒu chèn shān、qún zi hé kù zi。)

10 Group the phrases in the box. Write the letters.

chèn shān a) 襯衫	wò shì b) 卧室	qún zi c) 裙子	kè tīng d) 客廳
xiāng jiāo e) 香蕉	xī guā f) 西瓜	píng guǒ g) 蘋果	yù shì h) 浴室
shū fáng i) 書房	chǐ zi j) 尺子	kù zi k) 褲子	là bǐ l) 蠟筆
xiàng pí m) 橡皮	qiān bǐ n) 鉛筆	cǎo méi o) 草莓	dà yī p) 大衣

1) Clothes: a ______ ______ ______ ______

2) Rooms: ______ ______ ______ ______

3) Fruit: ______ ______ ______ ______

4) Stationery: ______ ______ ______ ______

11 Write the numbers from 3 to 10.

三							十

12 Find the routes and colour them with different colours.

Route 1: Furniture →

Route 2: Rooms →

chuáng 床	yī guì 衣櫃	zhuō zi 桌子	yǐ zi 椅子
diàn nǎo 電腦	xiàng pí 橡皮	kě lè 可樂	là bǐ 蠟筆
wò shì 卧室	chú fáng 廚房	shū fáng 書房	shū cài 蔬菜
shū bāo 書包	shuǐ guǒ 水果	fáng jiān 房間	kè tīng 客廳

→ Route 1

→ Route 2

13 Colour the pictures. Match the pictures with the Chinese words below. Write the numbers.

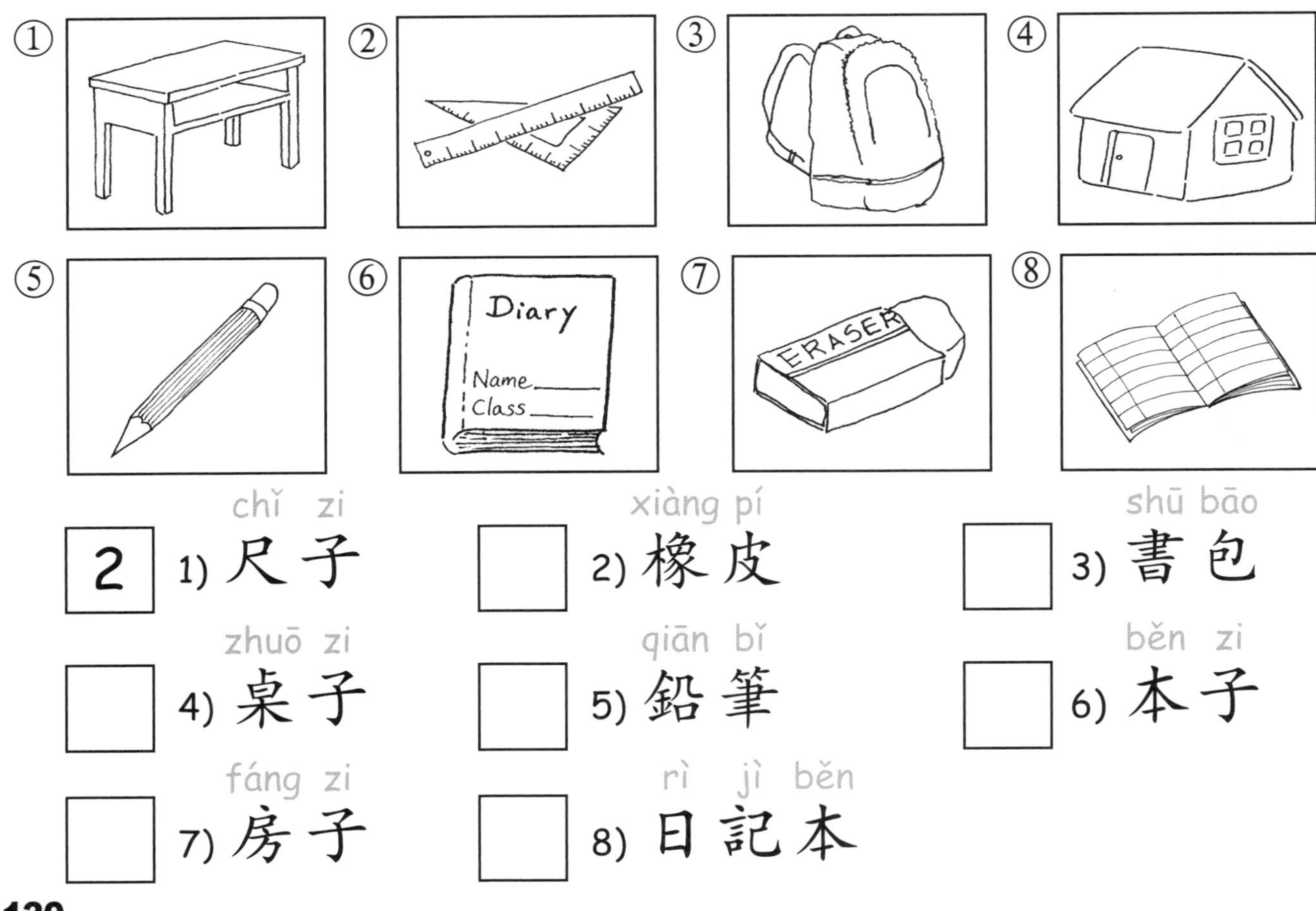

[2] 1) chǐ zi 尺子	[ ] 2) xiàng pí 橡皮	[ ] 3) shū bāo 書包
[ ] 4) zhuō zi 桌子	[ ] 5) qiān bǐ 鉛筆	[ ] 6) běn zi 本子
[ ] 7) fáng zi 房子	[ ] 8) rì jì běn 日記本	

14 Read the sentences, draw pictures and colour them.

1 wǒ de fángjiān li
我的房間裏
yǒu chuáng shū zhuō
有床、書桌、
yǐ zi hái yǒu diàn
椅子，還有電
shì jī hé diàn nǎo
視機和電腦。

2 shū zhuō shang yǒu
書桌上有
shū běn chǐ zi
書本、尺子、
xiàng pí qiān bǐ
橡皮、鉛筆、
là bǐ hé wén jù
蠟筆和文具
hé
盒。

15 Trace the characters.

Pinyin	Meaning	Character
chuáng	bed	床
yī	clothes	衣
guì	cupboard	櫃
zhuō	table	桌
yǐ	chair	椅
diàn	electricity	電

丿 ⺆ 月 月 月 ⺼ 月 月 月 腦 腦 腦 腦					
nǎo brain	腦	腦	腦	腦	腦
丶 ㇇ 礻 礻 礻 初 初 祖 祖 視 視					
shì watch	視	視	視	視	視
一 十 才 木 木 杉 杉 杉 杉 杉 杉 樧 樧 機 機 機					
jī machine	機	機	機	機	機

16 **Draw your room and the things inside. Complete the sentence if you can.**

我	的	房	間
裏	有		

詞彙表

B

bā 八 eight
bā 巴 cheek
bà 爸 dad; father
bàba 爸爸 dad; father
bái 白 white
bāo 包 bag
bǎo 堡 castle
běn 本 book
běnzi 本子 note book
bí 鼻 nose
bízi 鼻子 nose
bǐ 筆 pen
bù 不 not; no
búyòng 不用 need not
búyòngxiè 不用謝 You're welcome

C

cài 菜 vegetable; dish
cān 餐 food; meal
cháng 長 long
chèn 襯 lining
chènshān 襯衫 shirt
chī 吃 eat
chǐ 尺 ruler
chǐzi 尺子 ruler
chǒng 寵 indulge
chǒngwù 寵物 pet
chú 厨 kitchen
chúfáng 厨房 kitchen
chuān 穿 wear
chuáng 床 bed

D

dà 大 big
de 的 of; 's
dì 弟 younger brother
dìdi 弟弟 younger brother
diàn 電 electricity
diànnǎo 電腦 computer
diànshì 電視 T.V.
diànshìjī 電視機 television set
dòng 動 move
dòngwù 動物 animal
dōu 都 all; both
duì 對 correct
duìbuqǐ 對不起 I am sorry; excuse me

E

èr 二 two

F

fà 髮 hair
fáng 房 house; room
fángjiān 房間 room
fú 服 clothes

G

gāo 高 tall
gē 哥 elder brother
gēge 哥哥 elder brother
gè 個 measure word
gǒu 狗 dog
guā 瓜 melon
guān 關 close; surname
guānxì 關係 relation
guì 櫃 cupboard
guǒ 果 fruit
guǒzhī 果汁 fruit juice

H

hái 還 also
hàn 漢 the Han nationality
hànbǎobāo 漢堡包 hamburger
hǎo 好 good; well
hē 喝 drink
hé 盒 box; case
hé 和 and
hēi 黑 black
hěn 很 very
hóng 紅 red
hú 胡 not native
húluóbo 胡蘿蔔 carrot
huān 歡 happy
huáng 黃 yellow
huánggua 黃瓜 cucumber

J

jī 機 machine
jǐ 幾 how many
jiā 家 family; home
jiān 間 room; measure word
jiàn 見 see
jiāo 蕉 broadleaf plants
jiào 叫 call
jiě 姐 elder sister
jiějie 姐姐 elder sister
jīng 睛 eyeball
jiǔ 九 nine
jù 具 tool

K

kě 可 can
kělè 可樂 coke
kè 客 guest
kètīng 客廳 sitting room
kǒu 口 mouth; measure word
kù 褲 trousers

kùzi 褲子 trousers
kuài 快 quick; fast
kuàicān 快餐 fast food

L

là 蠟 wax
làbǐ 蠟筆 crayon
lán 藍 blue
lǎo 老 experienced
lǎoshī 老師 teacher
le 了 particle
lè 樂 happy
lǐ 裏 inside
liǎng 兩 two
líng 零 zero
língshí 零食 snack
liù 六 six
luó 蘿 a trailing plant
luóbo 蘿蔔 radish; turnip

M

mā 媽 mum; mother
māma 媽媽 mum; mother
mǎ 馬 horse
ma 嗎 question particle
māo 猫 cat
méi 没 no
méiyǒu 没有 not have; there is not
méiguānxi 没關係 It doesn't matter
měi 每 every
měitiān 每天 every day
mèi 妹 younger sister
mèimei 妹妹 younger sister
men 們 plural suffix
míng 名 name
míngzi 名字 name

N

nán 男 male
nánshēng 男生 boy student
nǎo 腦 brain
nǐ 你 you
nǐhǎo 你好 hello
nín 您 you (respectful form of address)
nínzǎo 您早 good morning
nǚ 女 female
nǚshēng 女生 girl student

P

pàng 胖 chubby; fat
pí 皮 leather
píngguǒ 蘋果 apple

Q

qī 七 seven
qǐ 起 get up; rise

qiān	鉛	lead
qiānbǐ	鉛筆	pencil
qún	裙	skirt
qúnzi	裙子	skirt

R

rè	熱	hot
règǒu	熱狗	hot dog
rén	人	person

S

sān	三	three
sè	色	colour
shān	衫	unlined upper garment
shénme	什麼	what
shēng	生	student
shī	師	teacher
shí	十	ten
shí	食	food
shì	是	be
shì	室	room
shì	視	watch
shòu	瘦	thin
shū	書	book
shūbāo	書包	school bag
shūfáng	書房	study
shūzhuō	書桌	desk
shū	蔬	vegetables
shūcài	蔬菜	vegetables
shuí	誰	who
shuǐ	水	water
shuǐguǒ	水果	fruit
sì	四	four
suì	歲	year (of age)

T

tā	他	he; him
tā	她	she; her
táng	糖	sugar; sweets
tángguǒ	糖果	sweets; candy
tiān	天	sky; day
tiáo	條	measure word
tīng	廳	hall
tóu	頭	head
tóufa	頭髮	hair

W

wáng	王	king; surname
wén	文	word; character
wénjù	文具	stationery
wénjùhé	文具盒	pencil case
wǒ	我	I; me
wǒmen	我們	we; us
wò	臥	lie
wòshì	臥室	bedroom
wǔ	五	five
wù	物	thing

X

xǐ 喜 happy; like
xǐhuan 喜歡 like
xì 係 relate to
xiāng 香 fragrant
xiāngjiāo 香蕉 banana
xiàng 橡 rubber tree
xiàngpí 橡皮 eraser
xiǎo 小 small
xiào 校 school
xiàofú 校服 school uniform
xiè 謝 thank
xìng 姓 surname
xué 學 study
xuéxiào 學校 school

Y

yán 顏 colour
yánsè 顏色 colour
yǎn 眼 eye
yǎnjing 眼睛 eye
yǎng 養 raise; keep
yī 一 one
yī 衣 clothes
yīguì 衣櫃 wardrobe
yǐ 椅 chair
yǐzi 椅子 chair
yòng 用 use
yǒu 有 have; there is
yú 魚 fish
yù 浴 bath
yùshì 浴室 bathroom

Z

zài 再 again
zàijiàn 再見 good-bye
zǎo 早 early; morning
zhè 這 this
zhī 汁 juice
zhuō 桌 table
zi 子 noun suffix
zì 字 character; word
zuǐ 嘴 mouth
zuǐba 嘴巴 mouth